மண்மகன்

மண்மகன்

சுஜாதா

கிழக்கு

மண்மகன்
Manmagan
by Sujatha
Sujatha Rangarajan ©

Kizhakku First Edition: October 2010
64 Pages
Printed in India.

ISBN 978-81-8493-558-5
Kizhakku - 554

Kizhakku Pathippagam
177/103, First Floor,
Ambal's Building, Lloyds Road,
Royapettah, Chennai 600 014.
Ph: +91-44-4200-9601

Email : support@nhm.in
Website : www.nhm.in

Cover Image: Shutterstock

Kizhakku Pathippagam is an imprint of New Horizon Media Private Limited

This book is sold subject to the condition that it shall not, by way of trade or otherwise, be lent, resold, hired out, or otherwise circulated without the publisher's prior written consent in any form of binding or cover other than that in which it is published and without a similar condition including this the rights under copyright reserved above, no part of this publication may be reproduced, stored in or introduced into a retrieval system, or transmitted in any form or by any means (electronic, mechanical, photocopying, recording or otherwise), without the prior written permission of both the copyright owner and the above-mentioned publisher of this book.

மண் மகன்
மண் மகன்
மண் மகன்
மண் மகன்

The worker feels himself at home only outside his work and feels absent from himself in his work. His work is not freely consented to, but is a constrained, forced labour. Work is thus not a satisfaction of a need, but only a means to satisfy needs outside work.

என் பெயர் முருகன். இதைவிட தமிழ்த்தனமாகப் பெயர் இருக்க முடியாது. நான் பெங்களூரில் மூன்றாவது தலைமுறைத் தமிழன். என் தாத்தா கோலாரிலிருந்து இங்கு வந்து சேர்ந்தவர். அல்சூர் பகுதியில் கை அகலத்துக்கு நிலம் வாங்கி ஒரு ஓட்டு வீட்டையும் கட்டிவிட்டார். என் தந்தை, ஒரே மகன், அதில் வாழ்ந்தார். வாழ்ந்ததைத் தவிர வேறு ஒன்றும் உருப்படியாகச் செய்ததாகத் தெரிய வில்லை. வெஸ்ட் எண்ட் ஓட்டலில் வேலையில் இருந்ததாகவும் வெள்ளைக்காரர்களுடன் பழகிய தாகவும் கதை பண்ணுவார். இங்கிலீஷ் தப்புத் தப்பாகப் பேசுவார். என்னுடன் எட்டு சகோதர சகோதரிகளை ஒரு மால்தூஸியன் அவசரத்தில் படைத்துவிட்டு ஐம்பத்து ஐந்தாம் வயதில் காலமானார். எங்கள் சிறிய ஓட்டு வீட்டில் அவரைக் கிடத்துவதற்கே இடமின்றி நாங்கள் நிறைந்திருந் தோம். அவசரத்தில் அவரை எரித்துவிட்டு, வீட் டுக்கு வந்து யார் இருப்பது என்று சண்டை போட்டோம். அப்போது எனக்குக் கல்யாணம்

ஆகவில்லை. ஒருவகையான ஆள் குறைப்பாக, சற்று தூரத்தில் ஒரு லைப்ரரி அருகில் ரூம் எடுத்துக்கொண்டேன். அப்போது எனக்கு வேலை ஆகியிருந்தது. மத்திய சர்க்காரின் ராட்சஸத் தொழிற்சாலைகள் ஏராளமாக பெங்களூரில் உள்ளன. அவற்றில் ஒன்றில் மெஷின் ஆபரேடர், கிரேடு ஏ. மெஷின் என்றால் அதை இயக்கும் மனிதன். அதைப் பற்றி அப்புறம். முதலில் லைப்ரரி. உள்ளூர் தமிழர்கள் சிலர் பெங்களூர் தமிழ்ச்சங்கத்திலிருந்து கோபித்துக் கொண்டு பிரிந்து வந்து தனியாகத் தொடங்கிவைத்த சமாசாரம். அதில் தற்போதைய அனைத்து நாள்-வார-மாத இதழ் களும் வருகின்றன. அவற்றை நான் படிப்பதில்லை. புத்தகங்கள் தான் படிப்பேன். பெரும்பாலும் நம் பழந்தமிழ் இலக்கியத் தையும் நாகரிகத்தையும் பற்றிப் புத்தகங்கள்.

எந்தப் புத்தகத்தைப் பிரித்தாலும், 'எனவே தலைச் சங்க காலமாகிய முதல் ஊழியிலும் இடைச் சங்க காலமாகிய இரண்டாம் மூன்றாம் ஊழிகளிலும் இக்குமரிப்பகுதியிலேயே தமிழர் ஆட்சியும், நாகரிகமும், மொழி வளர்ச்சியும் ஏற்பட்டன என்பதும் தெற்கிலிருந்து கடல் முன்னேறி வரவர அவர்கள் வடக்கு நோக்கிப் பரந்து சென்றனர் என்பதும் விளங்குகின்றன' என்பது போன்ற வாக்கியங்களைச் சந்திக்கும் சாத்தியம் அதிகம். பஃறுளியாறு, கடல்கோள், குமரிக்கோடு என்ற தொல் நாகரிகம் பேசும் புத்தகங்கள். இன்றைய நிலை பற்றி அந்த அத்தியாயங்கள் கவலைப்படுவதாகத் தெரியவில்லை.

நான் ஒரு தமிழன். என்னையும் அந்தப் பஃறுளியாற்றுத் தமிழ னையும் சில சமயங்கள் ஒப்பிட்டுப் பார்ப்பேன். அந்தக் காலத்துத் தமிழன் கடல் கடந்து நாவலம், சாவகம், கடாரம் என்றெல்லாம் சென்றானாம். நான் அண்டை மாநிலத்தில் ஐந்து மணி நேரம் தள்ளி இருக்கிறேன். அவன் தமிழ் தற்காலத் தமிழர்களுக்குப் புரியாது. என் தமிழும் ஒரு மாதிரிதான். பெங்களூர்த் தமிழ். 'ஆட்டோ பண்ணிட்டு வர்றதுக்குள்ள பேஜாராய்டுச்சு குரு' என்று எங்கள் பிரதேச பாஷையில் எழுதினால் உங்களுக்குப் புரிய சிரமமிருக்கும். நாங்கள் 'அப்படியா' என்று சொல்ல மாட்டோம், 'ஆமாம்' என்றுதான். எனவே இந்தக் கதையைச் சற்று செப்பனிட்டுத்தான் எழுதுகிறேன்.

இந்த நூலகத்தையும் இதன் தமிழ்கூறும் புத்தகங்களையும் கூறுவதற்கு முக்கியக் காரணம், இங்குதான் நான் கலையரசியைச் சந்தித்தேன். பிற்பாடு என் மனைவியான கலையரசி இந்நூலகத்

தில்தான் சில காலம், அதாவது கல்யாணம் ஆகிறவரை வேலை செய்துகொண்டிருந்தாள். ஒரு பேரேட்டுப் புத்தகத்தில் பதிவு செய்துகொண்டிருப்பாள். நான் அவளை முதல் சந்திப்பின்போது கேட்ட கேள்வி ஒன்றும் அவ்வளவு காதல் விரவியதல்ல.

'டாக்டர் மு.வ., மயிலை சீனி வேங்கடசாமி இவர்களைத் தவிர வேறு புஸ்தகங்களே இல்லையா?'

'என்ன புஸ்தகம் வேணுங்கறீங்க?'

'பி.டி.சாமி.'

'அதுக்கு ரயில் ஸ்டேஷன் போங்க!' என்றாள். என்னைப் பார்த்துச் சிரித்தாள். அவளை இங்கே ஒரு பாரா வர்ணிக்க முடியும். சொந்த மனைவியை அச்சுப் புத்தகத்தில் வர்ணிப்பது தமிழனின் நாகரிகத்தில் ஒன்றாகப் படவில்லை. அடுத்தமுறை அவளைச் சந்தித்தபோது உரையாடலில் சுத்தமாக காதல் இல்லை.

'என்ன பி.டி.சாமி கிடைச்சுதா?' என்றாள் அவள்.

'இல்லீங்க, அதுக்கு பதில் அட்டைப்படம் போடாத பின் குத்தின புஸ்தகங்கள் சிலது கிடைச்சது!'

'எனக்கும் தர்றீங்களா?'

நான் ஆச்சரியப்பட்டு, 'நீங்க என்னவோ, சிலப்பதிகாரத்துக்கு இந்தப் பக்கம் வராத ஜாதின்னு தோணுது... நீங்க எந்த ஊர்?'

'கோலார்.'

'அட, நானும் அதே ஊர்!'

'கோலார்ல எங்க?'

'அதெல்லாம் தெரியாது, அதை விட்டு ரெண்டு தலைமுறை ஆய்டுச்சு!'

'அட, நானும் அப்படித்தான்!'

இப்படித்தான் ஆரம்பித்தது அந்த சிநேகம். கண்ணோடு கண்ணினை நோக்கும் சமாசாரமோ, பழந்தமிழ்க் காதலின் களவியலும், கற்பியலும், திணைகளும், துறைகளுமோ இல்லை. ஒரு பெங்களூர்த் தமிழன் ஒரு பெங்களூர்த் தமிழ்ப் பெண்ணை

சாதாரணமாக அணுகி சாதகமாகப் பேசி சம்பிரதாயமாக வீட்டுக்குச் சென்று, டிபன் சாப்பிட்டு, தங்கைகளை விசாரித்து... பெரியவர்களைக் கேட்டு, நாள் பார்த்து நிச்சயித்துச் செய்து கொண்ட கல்யாணம். அதன்பின் என்ன? ஜுரம் போல இருந்த இன்பமான நாட்கள். கலையரசி செய்வது - செய்தது அத்தனையும் பிடித்த நாட்கள். அந்தப் புதிய பெண்ணின் புதிய உற்சாகங்களையும் சாத்தியக்கூறுகளையும் கண்டுபிடித்த நாட்கள். பெங்களூரே அலம்பிவிட்டு சுத்தம் செய்து எங்களுக்கென்றே இருப்பதுபோலப் பட்ட நாட்கள், எங்கள் தேனிலவு இங்கேதான் நடந்தது... அலங்காரக் கடை வீதிகளில் இல்லறத்தின் ஆரம்பப் பிரமிப்பில் எதுவுமே எங்களுக்கு அசௌகரியமாகத் தெரியவில்லை. குடியிருந்த வீட்டின் குறுக்களவு, தண்ணீருக்காக படியிறங்கிச் செல்லுதல், மழை பெய்தால் உள்ளே அடிக்கும் சாரல் எதுவுமே! அதற்கப்புறம் பழகிப்போனதும் ஏற்படும் ஆரம்ப அலுப்புகள், உறவுக்காரர்களைப் பற்றி பரஸ்பர ஆதங்கங்கள், சலிப்புகள், வேலையை விட்டுவிட்டோமே என்கிற அவள் வருத்தம், திரும்ப வேலைக்குப் போ என்று நான் அடிக்கடி ஒப்புக்குச் சொல்வது, அவள் கர்ப்பமானது, குழந்தை பெற்றது, அந்தப் புதிய பிரஜையின் கிரமமான கவன ஈர்ப்புகள்... வீட்டுக்கு ஏன்தான் போகிறோமோ என்று நான் சில சமயங்களில் நினைக்கிற அளவுக்கு... ஆயாசங்கள்!

இருந்தும் நான் ஒரு சராசரி மனிதன் என்கிற ரீதியில் பார்த்தால் இல்வாழ்வு என்பது சகிக்கக்கூடியதாகவேதான் இருந்திருக்கிறது என்று சொல்லவேண்டும். அவளுக்கு என்னால் இயன்ற ஒத்தாசையும், தோழமையும், சந்தோஷமும் தந்துகொண்டுதான் இருக்கிறேன். சின்னச் சின்ன சஞ்சலங்களைப் பெரிதுபடுத்தாமல் இருந்ததால் எங்கள் மணவாழ்க்கை ஓரளவுக்கு வெற்றி என்றுதான் சொல்லவேண்டும். மணவாழ்க்கையில நான் கனவுலகங்களை எதிர்பார்க்கவில்லை என்பதும் காரணமாக இருக்கலாம்.

என் வேலையைப் பற்றிச் சொல்லிவிடுகிறேன். நான் முன் குறிப்பிட்டது போல் மெஷின் ஆபரேட்டர் கிரேடு ஏ. (தமிழ்ப்படுத்திவிட்டு எனக்குச் சொல்லுங்கள்.) நான் வேலை செய்வது ஒரு இயந்திர ராட்சஸன் அருகில். நான் அதை இயக்கும் ஒரே ஒரு மெஷின். ஜப்பானில் செய்த இயந்திரம் அது. மிட்ஸுயி என்கிற கம்பெனி தயாரிப்பு. மெஷினிங் சென்டர் என்று அதைக் குறிப்பிடுவார்கள். ஒரே இயந்திரத்தில் பல்வேறு செயல்பாடுகளைத்

திறமையாக அமைத்த இயக்கம் அது. மில்லிங், டிரில்லிங், டாப்பிங், ரீமிங், ப்ரொஃபைல் கட்டிங் என்று என் பாண்டித்தியத்தை உங்களிடம் காட்டும் உத்தேசமில்லை. இருந்தும் இந்த இயந்திரம் நம் இந்திய முயற்சிகளை எள்ளி நகையாடும் ஒரு சாதனமாகத்தான் படுகிறது. ஜப்பான் என்னும் ஆச்சரிய தேசத்தின், அந்தத் துக்குணியூண்டு ராஜ்ஜியத்தின் யுத்தம் கடந்த சாதனைகளை என்னால் வியக்காமல் இருக்கமுடியவில்லை. உலக மகா யுத்தத்தில் சகலமும் இழந்தவர்கள் ஒரு தலைமுறையில் எப்படி இவ்வளவு வித்தைகளைச் சாதித்தார்கள் என்பது அள்ளக் குறையாத ஆச்சரியம். அந்த இயந்திரத்தை நிறுவ மஞ்சள் மஞ்சளாக இரண்டு ஜப்பானிய இளைஞர்கள் வந்தார்கள். அவர்கள் இளைஞர்கள் என்று நான் நினைத்துக்கொண்டேன். அவர்களுக்கு வயது இருபதா, அறுபதா என்று சொல்ல முடியாத ஒரு காயகல்ப சாகசம் எல்லா ஜப்பானியர்களிடமும் உண்டு. வந்தவர்கள் இருவரும் இரண்டு தினங்கள் மூக்கால் பேசிக் கொண்டு உற்சாகமாக உழைத்தார்கள். உழைப்பதில் அவர்களுக்கு ஒரு வசீகரம் இருப்பது தெரிந்தது. அவர்கள் மனிதர்களா அல்லது எப்போதும் புன்னகைக்கும் இயந்திரங்களா என்று சந்தேகம் வந்தது. ஒருவித அலுப்போ, சலிப்போ, நெற்றிச் சுருக்கலோ இல்லாமல் காதலுடன் உழைத்தார்கள். மூன்றாவது தினம் பட்டனில் விரலை வைத்ததும் ராட்சசன் ரெடி! புத்தகத்து சாத்தியங்கள் அத்தனையையும் அப்படியே செய்து காட்டியது. அடுத்த ப்ளேனை விசாரித்து அவர்கள் பெட்டிகளைச் சுருட்டிக்கொண்டு எங்கள் இன்ஜினியரிடம் பொறுப்பைக் கொடுத்துவிட்டுப் புறப்பட்டுவிட்டார்கள்.

எங்கள் இன்ஜினியர் அதைத் தலைகால் புரிந்துகொள்ள பதினைந்து நாட்கள் ஆயிற்று. புரிந்து அதை முதலில் அணுகுவதற்கு வெடிக்காத பட்டாசின் அருகில் செல்லும் சிறுவன் போலப் பயப்பட்டான். என்னைத் தொட விடவில்லை. நான் ஏதோ என்னளவில் ஜப்பான்காரன் செய்ததைக் கவனித்து வந்திருந்தேன். இன்ஜினியர் சகலமும் புரிந்துகொண்டு இயந்திரத்தை முதன்முறை இயக்கியபோது அது 'கம்' என்றிருந்தது. வேலை செய்யவில்லை. ஜப்பான்காரன் ஏமாற்றிவிட்டு ஊருக்குப் போய்விட்டான் என்று முடிவு கட்டி டெலக்ஸ் செய்தி அனுப்ப அலைந்துகொண்டிருந்தபோது நான் ஓரத்தில் சின்ன ஐடியா கொடுத்தேன் - ஃப்யூஸைப் பாருங்கள் என்று. ஜப்பான்காரன் முதலில் அதைத்தான் பார்த்தான். அதை நான் பார்த்து வைத்திருந்தேன். ஃப்யூஸ்

மாற்றியதும் இயந்திரம் பளிச்சென்று வேலை செய்தது. அதனால் இன்ஜினியருக்கு என்மேல் கோபம். 'இனிமேல் இந்த மாதிரி எல்லாம் அதிகப்பிரசங்கமாக ஏதும் சொல்லாதே' என்றான்.

இந்த மாதிரி இயந்திரங்கள் நம் நாட்டுக்குத் தேவைதானா? ஆட்டோமேஷன் என்கிற சித்தாந்தத்தின் கடைசி வார்த்தை இந்த இயந்திரம். ஜப்பானில் ஆள் குறைச்சல். அவர்களுக்கு இந்த ஆட்டோமேஷன் தேவை. இந்தியாவில் அப்படி இல்லை. எங்கள் தொழிற்சாலையிலேயே உபரி ஆட்கள் எத்தனை பேர் தெரியுமா? புல் வெட்டுவதற்கு நாற்பது பேர் இருக்கிறார்கள். தினப்படி சம்பளம். என்றாவது ஒரு நாள் உள்ளே அழைத்துக் கொண்டு ஸ்திர வேலை கொடுப்பார்கள் என்கிற நம்பிக்கையில் கத்தி வீசிக்கொண்டிருக்கிறார்கள். கிட்டே சென்று விசாரித்தால் பி.ஏ. படித்திருப்பான். இன்ஜினியர்கள் நாற்பது இடத்துக்கு நாலாயிரம் பேர் மனு போடுகிறார்கள். நகரத்தில் வேலையின்றி அலையும் இளைஞர்களை நினைத்தால் தலை சுற்றும். பிரக்ஞை உள்ள எவனும் அந்த நிலைமையில் பொதிந்திருக்கும் ஆபத்தான வெடிகுண்டை உணர்வான். இந்தச் சூழ்நிலையில் எட்டு இயந் திர கதிகளை ஒரே ஆள் சமாளிக்கும் இந்த ஜப்பான் சாகசம் எனக்கு அபத்தமாகப் படுகிறது.

அனுபவப்பட்டவன் என்ற ரீதியில் அந்த ஒரே ஆளாக நான் தேர்ந்தெடுக்கப்பட்டேன். நியுமரிகல் கண்ட்ரோல் வகை இயந் திரம் அது. அதன் மூளை ஒரு கம்ப்யூட்டர் டெலிவிஷன் திரை போல் இருக்கும். அதில் மெஷினின் அன்றைய ஆரோக்கியம் முழுவதையும் எழுதிக் காட்டும் (புரிகிறவர்களுக்கு). ஒரு காகித டேப்பில் சங்கேத பாஷையில் அது செய்யவேண்டிய அனைத்துக் காரியங்களையும் பதிக்க வேண்டும். அதை விர்க் என்று ஒரு செகண்டில் படித்துவிட்டுத் தானாக இயங்கும். ஏதாவது தப்பு என்றால் தானே எழுதிக் காட்டி, இன்ன காப்பினெட்டில் இன்ன கார்டை மாற்று என்று சுயவைத்தியமும் செய்துகொள்ளும். இருந்தும் அந்த இயந்திரத்தை இயக்குவதற்கு ஒருவிதத் திறமை தேவையாகத்தான் இருந்தது. அதற்கும் சில பிடிவாதங்கள் இருந்தது. டூல் ஆஃப்செட் என்கிற ஒரு சங்கதி உண்டு. அதை உத்தேசித்து அனுமானிக்க என் போன்ற அனுபவம் உள்ள ஆபரேட்டர்கள் தேவையிருந்தது.

நாளடைவில் எனக்கும் இயந்திரத்துக்கும் ஒரு நட்பு ஏற்பட்டு, என்னதான் ஆட்டோமாட்டிக்காக இருந்தாலும் என் விரல்களின்

அசைவில் அது மிகச் சுத்தமாக வேலை செய்தது. அதன் சில ரகசியங்களை நான் அறிந்துகொண்டு மற்றவர்களிடம் சொல்லா மல் இருந்தேன். என்னுடைய சொந்த முக்கியத்துவத்தை குறைத்துக்கொள்ளாமல் இருப்பதற்கும், என் வேலையின் பத்திரத்துக்கும் இந்த ரகசியம் தேவையாக இருந்தது.

காலை நான் தொழிலுக்கு வந்ததும் மெஷினின் அருகில் இருக்கும் கன்ஸோல் அமைப்பில் என் விரல்களின் நடனத்தை நீங்கள் பார்க்கவேண்டும். முதலில் டயக்னாஸ்டிக்ஸ் எனப்படும் சுய வைத்தியம். அதன்பின் அன்றைய வேலைகளுக்கு உண்டான ப்ரொக்ராம்களைத் தேர்ந்தெடுத்து அதற்குச் சொல்லவேண்டும். அப்புறம்தான் ஆச்சரியம்.

இயந்திரம் என்னைப் போல் பத்து மடங்கு உயர அகலம் கொண்ட ஒரு பிரம்மாண்டம். பெரிய பெரிய சுழற்சிகள், ஒரு ஆயுதத்தைத் தேர்ந்தெடுக்கும் லாகவம், தேர்ந்தெடுத்ததை இரும்பு விரல்கள் பிடித்து தனக்குத் தானே பொருத்திக்கொள்ளும் நளினம், அப்புறம் செயல்பாட்டு மேசையைத் தானே நகர்த்திக்கொண்டு சுழன்று, சுழன்று மைக்ரான் அளவுக்கு உன்னதமாக நின்று வெட்டத் தொடங்கும் ஆச்சரியம், சூடு அதிகமானால் தனக்குத் தானே குளித்துக்கொள்ளும் சாமர்த்தியம், எல்லாம் என் விரல் நுனி இயக்கங்கள். இந்தப் புதிய விரல் சக்தி எனக்கு பிரமிப்பாக இருந்தது. இயந்திரம் பழகப் பழக நான் அதனுடன் பேச ஆரம் பித்தேன். அதை ஒருவிதத்தில் என் உடம்பின் சேர்க்கையாக, என் சேவகனாக அங்கீகரித்தேன். அதை இயக்கத் தெரிந்தவன் என்கிற தகுதியினால் எனக்கு ஒரு திமிரும் நடையில் ஒரு ராஜஸ மும் வந்து சேர்ந்துகொண்டது. ஒரு பெண்ணைத் தொடும்போது ஏற்படும் சந்தோஷத்துக்கு ஈடான புதிய சந்தோஷத்தை நான் பெற்றேன்.

இன்ஜினியர்கள் என்னதான் அது செயல்படும் விதத்தை சித்தாந் தங்களாக பக்கம் பக்கமாகப் பேசிக்கொண்டாலும் அதை இயக்கும் கட்டம் வரும்போது 'முருகனைக் கூப்பிடுய்யா'தான்! எனக்கும் அதற்கும் அத்தனை நட்புப் பிணைப்பு - ஏன், காதல்! நான் தொழிற்சாலைக்குச் செல்லவில்லை என்றால் மற்றவர்கள் அதைத் தொடத் தயங்குவார்கள். சில சமயம் மற்றவர்கள் அதை இயக்க முடியாதபடி சில ரகசியத் தடைகள் அமைத்து விட்டுத் தான் வீட்டுக்குச் செல்வேன். அது என்னுடையது என்கிற பாத்தியம் ஏற்பட்டுவிட்டது.

என் தொழிற்சாலையின் தொழிற்சங்க அமைப்பைப் பற்றிச் சொல்லவேண்டும். இப்போது இயந்திரத்தை இயக்குகையில் எனக்கு ஏற்பட்டது ஒரு சக்தி என்று சொன்னேன் அல்லவா! மற்றொரு சக்தி எனக்கு வாய்த்தது. நான் தலைவன் ஆனேன்! அதை விவரிப்பதற்குப் பின்னணிச் செய்தியாக இந்தத் தொழிற்சங்க அமைப்பு.

நிர்வாகத்தின் கோணத்தில் தொழிற்சங்க அமைப்பு என்பது ஒரு தொந்தரவு, தவிர்க்க முடியாத தொணதொணப்பு. தொழிலாளர் கோணத்தில் அது ஒரு உயிர்த் தேவை. தொழிற்சங்கத் தலைவர்கள் கோணத்தில் அது ஒரு போதை.

எங்கள் தொழிற்சாலையில் இரண்டு யூனியன்கள். ஒன்று நிர்வாகத்தால் அங்கீகரிக்கப்பட்டது. மற்றது அங்கீகாரம் பெறாதது. எனவே பின்னது சற்றுக் கோபமுள்ள யூனியன்.

அங்கீகாரம் என்பது நிர்வாகத்தைப் பொருத்தவரை, மொத்தம் ஆறாயிரம் ஊழியர்களில் நாலாயிரம் பேராவது அந்த யூனியனில் அங்கத்தினர்களாக இருத்தல். அப்படி இருக்கும் யூனியனுக்கு மட்டுமே அங்கீகாரம். அங்கீகரிக்கப்பட்ட யூனியன் காங்கிரஸ் கட்சியைச் சார்ந்திருப்பதும், அங்கீகரிக்கப்படாதவர்கள் கம்யூனிஸ்ட் கட்சியைச் சார்ந்திருப்பதும் வேறு விஷயங்கள். நிர்வாகத்துக்கு அது முக்கியமல்ல. அவர்கள் குறிக்கோள், தடையின்றி தொழிற்சாலையை நடத்துவது. எதையும் விட்டுக் கொடுக்காமல் நடத்துவது. விட்டுக்கொடுத்தால் இரண்டு வருஷத்துக்காவது உத்தரவாதம் வாங்கிக்கொள்வது.

யூனியனைப் பொருத்தவரையில் குறிக்கோள், சம்பள உயர்வுக்குக் காரணங்கள் தேடுவது, கேட்பது.

அடிப்படையிலேயே முரண்பாடான விஷயம் இது. இதில் வேடிக்கை, இரு தரப்பினருமே தொழிலாளர் நலம் என்பதையே சதா காலமும் சிந்திப்பதாகச் சொல்வார்கள்.

எனக்கு இந்த யூனியன் சமாசாரம் எல்லாம் தெரியாது. கவலைப் பட்டதில்லை. நான் உண்டு, என் ஜப்பான் இயந்திரம் உண்டு. எப்போதாவது ஒர்க்ஸ் கமிட்டி சொஸைட்டி என்று தேர்தல் வரும்போது ஒரு தொழிலாளி என்கிற முறையில் தெரிந்த பெயர்களுக்கு ஓட்டுப் போடுவேன். யூனியன் வித்தியாசம் பார்ப்பதில்லை. அப்படி இருந்தவன் ஒரு தலைவனாக மாறியது

விதியின் விளையாட்டு என்றுதான் கூற வேண்டும். அதற்குக் காரணம் ஒரு சம்பவம்.

எங்கள் தொழிற்சாலையில் பாட்டரி சக்தியால் இயங்கும் சின்னச் சின்ன கச்சிதமான வண்டிகள் நிறைய உள்ளன. ஐந்தடிக்கு மூன்றடி. பின்புறத்தில் ஒரு பிளாட்பாரம் இருக்கும். முன்புறம் ஒரு பாட்டரி. புகை, சப்தம் எதுவுமின்றி ரப்பர் சக்கரங்களில் இதை இயக்குவது மிகச் சுலபம். கியர் எதுவும் கிடையாது. திசை திருப்ப ஒரு இரும்புத் துண்டு, ஒரு ப்ரேக், ரிவர்ஸுக்கு ஒரு ஸ்விட்ச். அவ்வளவுதான். ஒரே சீரான வேகம்.

நாகப்பா தினம் இந்த மின்குதிரையை ஓட்டும் தொழிலாளி. ஷாப்புக்கு ஷாப் நகரவேண்டும். அத்தியாவசியப் பொருட்கள் எங்கள் தொழிற்சாலையில் ஏராளம். நாகப்பா, நகர்த்தும் பட்டாளத்தில் ஒருவன். அவனை எனக்குப் பிடிக்கும். காஸ்டிங், டர்ன்ட் பார்ட் என்று ஏதாவது அடிக்கடி என்னிடம் ஒப்படைத்து விட்டு ஷாப் ஆர்டரில் கையெழுத்து வாங்கிச் செல்வான். அப்போதெல்லாம் சிரித்தும் பேசுவான். விசாரிப்பான். அவன் அன்றாடக் கவலைகளை என்னிடம் சொல்வான். தினம் ஒரு முறையேனும் அவனைச் சந்திப்பேன். 35 வயது இருக்கும். பத்து வருஷ சர்வீஸ். ஹெல்ப்பர், செமி ஸ்கில்ட் ஹெல்ப்பர், டிரேடு ஹாண்டு, டிரைவர் ஒன், டிரைவர் டூ என்ற சின்னச் சின்ன ஏணிப் படிகளை நிர்வாகம் கழுதைக்கு கேரட்டுகள் போல அமைத் திருக்கிறது. அங்கங்கே இரண்டு மூன்று வருஷம் தங்கித் தங்கி முன்னேறி சீனியர் டெக்னிகல் அசிஸ்டெண்ட் வரை வருவதற் குள் நரை திரை மூப்பு வந்துவிடும். தொழிற்சாலையில் இரண்டு ஜாதி. தொழிலாளர் ஜாதி - ஆபீசர் ஜாதி. தொழிலாளர் ஆபீசரா வது மிக அரிதான விஷயம். அப்படி அவன் ஆபீசர் ஆகும்போது பேரன், பேத்தி எடுத்து தன் சர்வீசில் கடைசி வருஷத்தில் இருப் பான். மாறாக ஆபீசர்கள் எல்லோருமே இளைஞர்கள். மேல் தளத்து மனிதர்கள். பரீட்சைகள் தேறி டிகிரிகளை ஒட்ட வைத்துக் கொண்டவர்கள். வெளிநாடு சென்றவர்கள். செல்பவர்கள்.

நாகப்பா பக்தியுள்ள, ஒழுங்காக வேலை செய்யும் ஆசாமி. கல்யாணமாகி மூன்று குழந்தைகள் ஆனபின் ஆபரேஷன் செய்து கொண்டு அதற்கு ஒரு இங்கிரீமெண்ட் வாங்கினான். வீடு கட்டிக் கொள்ள நிலம் வாங்கியிருக்கிறான். தபாலாபீசில் மாதம் இருபத்தைந்து கட்டி இருபது வருஷத்துக்குப் பின் சர்க்கார் அதை இரட்டிப்பாகத் திருப்பப் போகும் சாத்தியங்களை நம்பிக்

கொண்டிருக்கிறான். 'சீ' என்று யாரையும் பேச மாட்டான். அன்பாகப் பழகுவான். கிண்டல் செய்தால் புன்னகைத்து சமாளிப்பான். பொய், புரட்டு, ஏமாற்று வேலை அறியாதவன். மற்ற தொழிலாளிகளுக்கு உதவுபவன்.

நாகப்பா இறந்து போனதை என் கண் முன்னால் ரத்தத் துளி, ரத்தத் துளியாகப் பார்த்தேன்.

என் ஷாப்புக்குத்தான் வந்திருந்தான். கையெழுத்து வாங்கிக் கொண்டு தன் பாட்டரி வண்டியில் உற்சாகமாகப் புறப்பட்டான். அதற்குமுன், சாயங்காலம் தன் மனைவி மக்களுடன் என் வீட்டுக்கு வருவதாகச் சொன்னான். மறுநாள் காலை அல்சூர் ஏரியில் படகில் எல்லோரும் செல்வதாகத் திட்டம்.

அவன் சென்று இருபது வினாடி ஆகியிருக்காது. 'தடால்' என்று சப்தம் வெளியே கேட்டது.

தொழிற்சாலையில் எத்தனையோ சப்தங்கள் உண்டு. இந்தச் சப்தம் புதுசாக இருந்தது. வெளியே சென்று பார்த்தேன். காண்ட்ராக்டரின் லாரியிலிருந்து ஒருவன் குதித்து ஓடிக் கொண்டிருந்தான். நாகப்பாவின் வண்டி தலைகுப்புறக் கிடந்தது. நாகப்பா தெரியவில்லை. அருகே ஓடினேன். ஸ்தலத்தை நோக்கிப் பலர் வந்தார்கள். முதலில் ரத்தத்தைப் பார்த்தேன். அப்புறம் நாகப்பாவை. அவனுடைய வண்டி சற்றுச் சரிவில் உற்சாகமாக வந்திருக்கிறது. அதேசமயம் எதிர் பாராமல் காண்ட்ராக்டரின் லாரி மூலை திரும்ப, நாகப்பா பிரேக் மிதித்துப் பிரயோசனமில்லாமல் அவனை வீழ்த்தி ஒரு டயர் அவன் மார்பில் ஏறி இருக்கிற எல்லா எலும்புகளையும் முறித்து விட்டது.

நான் அருகில் சென்றபோது நாகப்பாவுக்கு உயிர் இருந்தது. கண்கள் உயர்ந்து என்னை நோக்கின. 'முருகன்! முருகன்! என்னை சாந்தாகிட்ட கூட்டிட்டுப் போ. சீக்கிரம்...' என்றான்.

அவனைத் தொட பயமாக இருந்தது. மார்புக்குக் கீழே ரத்தம் மிக அதிகமாக வடிந்து சரிவில் சரிந்து பூச்செடிகளுக்குச் சென்றது. செக்யூரிட்டி ஆபீசர், சேஃப்டி இன்ஜினியர், தீயணைக்கும் ஆபீசர் என்று பலர் வந்து சேர்ந்துகொள்ள, நாகப்பா இறந்துபோனதை நான் துல்லியமாகப் பார்த்தேன். 'தண்ணி' என்றான். தம்ளரில் தண்ணீர் கொண்டுவந்து சிக்கலாக அவன் வாயில் ஊற்றினோம். உள்ளே செல்லாமல் வழிந்தது. அந்த மரணத்தை மிக அருகில் பார்த்தேன். அது இயல்பாக, நாகப்பாவின் அந்தக் கணத்தின்

அபார, மிக அபார, அதிக, மிக அதிக வலிக்கு ஒரு விடுதலையாக இருந்தது. அவன் கண்கள் பார்வையற்று வெறித்திருக்க, அவன் வாய் திறந்திருக்க, அவன் உயிர் பிரிந்த மௌன சரித்திர செகண்டை என்னால் உணர முடிந்தது.

'தேவடியாப் பசங்களா! லாரியாடா ஓட்டறீங்க? எங்கே அந்த டிரைவர்?' என்று ஆத்திரத்தில் லாரி அருகில் நின்றவனைப் பிடித்தேன். 'குரு! நானில்லை, நானில்லை. டிரைவர் ஓடிப் போயிட்டான்.'

'தேவடியாப் பசங்களா, ஃபாக்டரியா நடத்தறீங்க?' லாரி மேல் முஷ்டியால் குத்தினேன். உதைத்தேன். 'இப்பத்தான். இப்பத் தான் அவன்கூடப் பேசிட்டிருந்தேன். இப்பத்தான்டா! அரை நிமிஷத்துக்கு முன்னாடி!'

வெல்ஃபேர் ஆபீசர், சப்மின் ஆபீசர், போலீஸ் ஆபீசர்... ஆபீசர் களாகச் சூழ்ந்துகொண்டார்கள். தொழிலாளர்கள் வேடிக்கை பார்க்க ஓடி வந்துகொண்டிருந்தார்கள். ஆம்புலன்ஸ் வந்தது. ஸ்ட்ரெச்சர் இறங்கியது. வெள்ளைத் துணி ரத்தமாகியது. தூக்கினார்கள். ஏறக்குறைய இரண்டு துண்டாகி இருந்தான்.

நாகப்பா இறந்துபோன செய்தியை சாந்தாவிடம் தெரிவிக்க வேண்டியது என் கடமை ஆயிற்றே! ஆபீஸில் வேன் கொடுத்தார்கள். கூட தொழிலாளர் நல அதிகாரி வந்திருந்தார். வீட்டுக்குப் போய் கலையரசியை அழைத்துக்கொண்டேன். மூன்று பெண் குழந்தைகள் வாசலில் விளையாடிக் கொண்டிருந்தன. ரேடியோ அலறிக் கொண்டிருந்தது. சாந்தா, நாகப்பாவின் சட்டைக்கு அனாவசியமாக இஸ்திரி போட்டுக் கொண்டிருந்தாள். பெண்கள் 'முருகன் அங்கிள்' என்று என் காலைக் கட்டிக்கொண்டன. அகாலமான வேளை, எதிர்பாராத நாங்கள், ஆம்புலன்ஸ், எங்கள் முகபாவங்கள் எல்லா வற்றையும் பார்த்தும்கூட அவளுக்கு முதலில் புரியவில்லை. அப்புறம் புரிய ஆரம்பித்தது. 'சொல்லாதீங்க! ப்ளீஸ், ஏதாவது கெட்ட சேதின்னா சொல்லாதீங்க! சொல்லாதீங்க!' என்றாள். செத்துப் போய்விட்டான் என்று சொல்லவில்லை. என் மனைவி அவள் தலையை தடவிக்கொடுத்தாள். ஆஸ்பத்திரி அது இது என்று ஏதோ உளறினோம். 'அழாதே, அழாதே' என்றோம். குழந்தைகள் வேண்டாம் என்றோம். நாகப்பா முதல்தினம் தவணை முறையில் வாங்கியிருந்த மின் விசிறி பிரிக்கப்படாமல் சிறகுகள் தனியாக ஒரு மூலையில் இருந்தன.

ஆம்புலன்ஸில் செல்லும்போது சாந்தாவிடம் சொன்னோம். அதிகாரி டெத் ரிலீஃப் பண்டிலிருந்து சவ அடக்கத்துக்கு ரூபாய் கொண்டுவந்திருப்பதாகச் சொன்னார். கலையரசி, 'கவலைப் படாதம்மா, நாங்க இருக்கோம்' என்று திரும்பத் திரும்பச் சொன்னாள். நான் 'ரொம்ப வருத்தப்படறேன் சாந்தாம்மா' என்று ஏதோ உளறினேன். அவளுக்கு அதெல்லாம் கேட்டதாகத் தெரிய வில்லை. நெஞ்சைப் பிடித்துக்கொண்டு அழுத அழுகை அவள் முகத்தைக் கிழித்தது.

நாகப்பாவை எலெக்ட்ரிக் க்ரிமடோரியத்திற்கு எடுத்துச் சென்றோம். தொழிலாளிகள் கணிசமான அளவில் வந்திருந் தார்கள். அவன் தம்பியை மல்லேஸ்வரத்தில் தேடிப் பிடித்துக் கொண்டுவந்து அவனுக்கு முண்டாசு கட்டி, குளிப்பாட்டி, நனைந்த வேட்டியில் மந்திரம் சொல்லி நடுங்க வைத்தார்கள்.

க்ரிமடோரியம் சுத்தமாக இருந்தது. சுற்றிலும் கார்ப்பரேஷன் வளர்த்த புல்வெளிகள், மரங்கள், மொசாய்க் சீலடித்த பெரிய ஹால், சரியாக எரிகிறதா என்று பார்க்க ஒரு ஜன்னல் சதுரம். பக்கவாட்டில் மூன்றுக்கு இரண்டடி அளவில் ஒரு கெட்டியான காங்க்ரீட் கதவு. அதன் அருகில் தண்டவாளங்கள். எல்லாமே ஆட்டோமாட்டிக்! இங்கேயும் பட்டன். அதைத் தட்டியதும் கதவு சுவாசித்துத் திறந்துகொள்ள, உள்ளே ஆரஞ்சு நிறத்தில் கிலோ வாட் சக்தி ஒளிர்ந்துகொண்டிருக்க, நாகப்பா சக்கரங்களில் உருண்டு உள்ளே சென்றான்.

'டப்பா வெச்சிட்டுப் போங்க. காலைல பத்து மணிக்கு சாம்பல் கிடைச்சுடும். எலும்பு கிடைக்கிறது கஷ்டம். துப்புரவா எரிஞ் சுடுதில்ல!'

அந்த மின்சார அடுப்பைக் கிட்டத்தில் பார்த்ததில், 'மேட் இன் ஜப்பான்.'

நாகப்பா விட்டுச் சென்றது மூன்று பெண்களும் முந்நூற்று நாற்பது ரூபாயும் என்று அறிந்தேன். பிராவிடண்ட் ஃபண்டில் தன் பகுதி முழுவதையும் எடுத்து புறம்போக்கில் உதவாக்கரை மனை வாங்கி ஏமாந்திருக்கிறான். பெண்கள் மூன்றும் ஒன்பது - ஏழு - நாலு வயசு. மனைவி கழுத்தில் நகையில்லை. வீட்டில் பீங்கான் பாத்திரங்கள். ஒன்றிரண்டு எவர்சில்வர். சாந்தாவின் உறவுக்காரர்களில் ஒருவர் முன்வந்து அவளை அழைத்துப்

போவதாகச் சொன்னார். அவள் அதைப் பற்றித் தீர்மானித்ததாகத் தெரியவில்லை. 'தொழிற்சாலை ஏதாவது உதவி செய்யுமா?' என்று தொழிலாளர் நல அதிகாரியைக் கேட்டேன். 'கிடைக்க வேண்டிய கிராச்சுட்டி, பி.எஃப் கிடைக்கும்' என்றார். எத்தனை என்று தெரியவில்லை.

'தன் கடமையைச் செய்துகொண்டிருந்தபோது ஏற்பட்ட விபத்தின் காரணமாக இறந்திருக்கிறான். காண்ட்ராக்டரின் லாரியை அவன் தொழிற்சாலைக்குள் எதிர்பார்த்திருக்க முடியாது. தொழிற்சாலை நாகப்பாவுக்கு நஷ்ட ஈடு தர வேண்டாமா?' என்றேன்.

அவர் யோசித்து, 'ஒரு மனு போட்டு வைங்க. பார்க்கலாம். நாளைக்கு நிர்வாக அதிகாரியைப் பார்த்துப் பேசச் சொல்லு.'

'நானே மனு எழுதலாமா?'

'அதெப்படி... நீ யார்? அந்தம்மா பேர்ல எழுது.'

'ரெஸ்பெக்டட் சார்' என்று ஆரம்பித்து ராத்திரியே மனு எழுதினேன். கலையரசி, சாந்தாவை ஒரு வழியாக உட்கார வைத்திருந்தாள். குழந்தைகள் நிகழ்ந்தது புரியாமல் அசம்பாவிதமாக சற்று நேரம் விளையாடிவிட்டு அவள் மடியருகில் விரல் போட்டுக் கொண்டு தூங்கிப் போய்விட்டன. நான் அவள் பால் சென்று, 'சாந்தாமா! இதில் ஒரு கையெழுத்து போடுங்க' என்றேன். மறுபடி அழ ஆரம்பித்தாள். 'இனிமே இதெல்லாம் எனக்கு எதுக்கு? நான் போறேன்' என்றாள்.

'அப்படிச் சொல்லக் கூடாது. குழந்தைகளுக்காக நீங்க தைரியமா வாழணும்...'

'என்னங்க அது?'

'நிர்வாகத்துக்கு ஒரு மனு. உங்க கணவர் இறந்து போனதுக்கு நஷ்ட ஈடு கேக்கறம்.'

அவள் விசித்துக்கொண்டே கையெழுத்திட்டாள்.

'என் கணவர் தன் கடமையைச் செய்துகொண்டிருந்தார். அவருக்குப் பணிக்கப்பட்ட கடமை. அப்போது சற்றும் எதிர்பாராத விதமாக நேர்ந்து விட்ட தவிர்க்கக்கூடிய விபத்தால் அகால மரணம் அடைந்து விட்டார். அவருக்கு வயது 35. இன்னும்

குறைந்தபட்சம் இருபது வருஷம் பணி செய்யக் கூடியவர். என் குடும்பத்தில் சம்பாதிப்பவர் அவர் ஒருவரே. அவர் இறந்து விட்டதில் என்னையும் மூன்று பெண்மக்களையும் அநாதை யாக விட்டுச் சென்றுவிட்டார்.

'அவர் மரணத்துக்கு தொழிற்சாலையின் பத்திரக் குறைவான சூழ்நிலை காரணமாக இறந்திருப்பதால் தயைகூர்ந்து தகுந்த நஷ்ட ஈடும், எனக்கு உங்கள் தொழிற்சாலையில் வேலை வாய்ப்பு ஒன்றும் அளிக்குமாறு தாழ்மையுடன் கேட்டுக் கொள்கிறேன்.'

கிளார்க் அதை நிதானமாகப் படித்தார். 'கடுதாசியை அந்த அம்மாவே வந்து கைப்படக் கொடுக்கக் கூடாதா?'

'அந்தம்மா வர்ற நிலையில் இல்லை சார்!'

'எதுக்கும் பெரியவரைப் பார்த்து ஒரு வார்த்தை சொல்லிட்டீங் கன்னா சீக்கிரம் டிஸ்போஸ் பண்ணிடலாம். ஆனா, இதுவரைக் கும் இந்த மாதிரி கேஸ்களில் காம்பன்சேஷன் யாருக்கும் குடுத்த தில்லை. போன வருஷம் ஒரு வெல்டர் விபத்தில் இறந்து போனான். கிராச்சுட்டியும், பி.எஃப்பும்தான் கொடுத்தோம். பார்க்கலாம்...'

'நீங்க ஃபைல் போடுங்களேன்' என்றேன்.

பத்து நாட்கள் ஆகியும் ஏதும் நிகழவில்லை. நிர்வாக அதிகாரி யையே நேரில் பார்த்துவிடலாம் என்று காலை எட்டுக்கே அனுமதி வாங்கிக்கொண்டு அவர் அறைக்கு முன் அறையில் நிறையப் பேருடன் காத்திருந்தேன். என் பெயரைக் கேட்டுவிட்டு உதவியாளர், 'மீட்டிங்கில இருக்கார். ரெண்டு மணி நேரம் ஆகும். வெயிட் பண்றீங்களா?'

'சரி.'

'யாரையும் உள்ள அனுப்பாதேன்னு சொல்லி இருக்கார்.'

அந்த சமயம் யூனியனைச் சேர்ந்த ஆசாமிகள் இருவர் கதவைத் தட்டாமல் உள்ளே சென்றார்கள். காத்திருந்தேன்.

'லஞ்சுக்கு போயிட்டு வந்துருங்களேன்!'

'இல்லீங்க. பாத்துட்டுப் போயிடறேன்.'

'கேஸ் என்ன?'

'நாகப்பான்னு ஒருத்தர். சமீபத்தில ஃபாக்டரிக்குள்ள விபத்தில் இறந்து போயிடலை? காம்பன்சேஷன் கேட்டு ஒரு மனு போட்டிருந்தோம்.'

'அவுங்க சம்சாரம் வரலையா?'

'பத்து நாள்தானே ஆவுது?'

'நீங்க உறவா?'

'தெரிஞ்சவங்க. அந்த கேஸ் என்ன ஆச்சுன்னு ஏதாவது தெரியுமா உங்களுக்கு?'

'ம்ஹூம். ஃபைலை அவர்தான் வைச்சிருக்கார்.'

இரண்டு மணி நேரம் கழித்து அந்த அறையில் நுழைந்தேன். கூடிப் பேசுவதற்காக பல நாற்காலிகள் அமைக்கப்பட்ட நீண்ட மேஜை. அவருக்கென்று தனிப்பட்ட மேஜை. தனி பாத்ரூம். சாய்வு நாற்காலி. மூன்று டெலிபோன்கள்.

'என்னப்பா?' குண்டூசியால் பல் குத்திக்கொண்டிருந்தார். மேஜை சுத்தமாக இருந்தது.

'நாகப்பான்னு ஒரு ஒர்க்கர் சார்பாக மனு போட்டிருந்தோம்...'

'ஆக்சிடெண்ட்?'

'அதான் சார்.'

'அவங்க மனைவி நஷ்ட ஈடு கேட்டிருக்காங்களே?'

'அதேதான் சார்.'

'நான் இன்னும் பார்க்கலை. பார்த்துச் சொல்றேன்.'

'நல்லபடியா தீர்ப்பு பண்ணுங்க சார். அவங்க சம்சாரம் நடுத் தெருவில் நிக்குது.'

'பார்த்துச் சொல்றேன். ஏதும் ப்ராமிஸ் பண்ண முடியாது.'

'எப்ப பார்ப்பீங்க?'

'அதைவிட முக்கியமா நிறைய ஃபைல் இருக்கு பிரதர்! பார்த்து விட்டுச் சொல்றேன்...'

'ஒரு தொழிலாளியுடைய மரணமும், அவன் குடும்பம் தெருவில் நிக்கிறதும் முக்கியமில்லையா சார்?'

அவர் என்னை நிமிர்ந்து பார்த்து, 'நீ என்ன யூனியன்?' என்றார்.

'யூனியன் இல்லை சார். ஒரு தனிப்பட்ட மனிதன். நாகப்பா என் நண்பன்.'

'இதப் பார், நீ ஒரு தொழிலாளி. ஒரு நண்பனைப் பத்திப் பேசறே. அவன் உனக்கு முக்கியம். எனக்கு முக்கியம் ஆறாயிரம் தொழிலாளிகள். ஆறாயிரம் நண்பர்கள். அவங்க எல்லாரையும் பாதிக்கிற பிரச்னை, இந்த ஒரு தொழிலாளிப் பிரச்னையைவிட முக்கியம்.'

'பரிதாபம் சார்!'

'சரிதாம்பா, ஒத்துக்கறேன்.'

'ஏதாவது செய்யுங்க சார்.'

'ரூல்ஸ்படி செய்யறேன்.'

'திருப்பியும் எப்ப வர்றது சார்?'

'நீ வரவேண்டாம். அந்தம்மாவுக்கு பதில் நேராக் கொடுத் துடுவோம்.'

'நானே வர்றேன் சார்.'

'நான் கூப்பிடறேன். கொஞ்சம் பொறுமையா இரு. எனக்கு மூச்சு விட அவகாசம் கொடு' என்று மறுபடி சுவாரஸ்யமாக பல் குத்த ஆரம்பித்தார்.

சாந்தாவுக்கு நியாயமாக வந்து சேரவேண்டிய பணங்கள் வந்தனவா, தெரியவில்லை. அதை விசாரிக்கச் சென்றபோது வீட்டில் விளக்கின்றி நிசப்தமாக இருந்தது. மூலையில் சுருட்டிப் படுத்துக்கொண்டிருந்தவள் எழுந்து வந்தாள். துக்கம் அடங்கி யிருந்தது.

'அவருக்கு என்ன வரும்னு எனக்குத் தெரியாதுங்க. எப்படிக் கிடைக்கும்னும் தெரியாது.'

'கைல எத்தனை பணம் இருக்கு உங்ககிட்ட?'

'ஆபீஸ்ல கொடுத்து செலவழித்தது போக இருபத்தி அஞ்சு ரூபா இருக்கு.'

'மேற்கொண்டு என்ன செய்யறதுன்னு தீர்மானிச்சீங்களா?' என்றாள் கலையரசி.

'இல்லை. மனு எழுதிக் கொடுத்திருக்கம். பதில் வரட்டும். அன்னிக்கு உங்க உறவுக்காரர் ஒருத்தர் ரொம்ப அன்பா, கட்டாயப் படுத்திக் கூப்பிட்டாரே? அவர்கூடப் போய் கொஞ்ச நாள் இருக்கலாமே' என்றேன்.

'அவர் வேண்டாங்க. அவர் ஆள் சரியில்லை. என் புருசன் இருக்கும்போதே என்கிட்ட வம்பு பண்ணியிருக்கார். எனக்கு உங்களைத் தவிர வேறு யாரும் இல்லைங்க' என்றாள்.

வீடு திரும்புகையில் கலையரசி, 'அவளுக்கு என்ன வயசிருக்கும்?' என்று கேட்டாள்.

'யங்காத்தான் இருக்காங்க. முப்பதுகூட இருக்காது என்று தோணுது.'

மறுதினம் சாந்தாவைத் தொழிற்சாலை அலுவலகத்துக்கு அழைத்து வந்து அவளுக்குக் கிடைக்கவேண்டிய பணத்தில் ஒரு பகுதியை வாங்கிக் கொடுத்தேன்.

நாகப்பாவுக்கு மொத்தமாக எட்டாயிரத்து இருபத்தாறு ரூபாயும், சில்லறையும் சேரவேண்டும் என்று சொன்னார்கள். என்ன கணக்கு என்று புரியவில்லை. அதைவிட நிறைய இருக்கும் என்று எதிர்பார்த்தேன்.

'எல்லாம் கம்ப்யூட்டர்ப்பா! அப்பழுக்கில்லாத கணக்கு.'

'எட்டாயிரம் ரூபா எத்தனை நாள் வரும்? ஒரு வருஷம். அதுக்கப் புறம் என்ன செய்யப் போறேன்?' என்றாள் சாந்தா.

'அந்தக் கடுதாசிக்கு ஏதாவது பதில் கிடைச்சதுங்களா?'

'இல்லை. இன்னும் இல்லை. விசாரிக்கிறேன்.'

'எப்படியாவது வாங்கிக் கொடுத்துடுங்க. உங்களைத்தான் நம்பிட்டிருக்கேன்.'

மண்மகன் ● 21

'நீங்க ரெண்டு பேரும் ஆட்டோ பிடிச்சுத் தனியாப் போய்டுவீங்களா?'

'போய்டுவோங்க... நீங்க என்கூட கொஞ்சம் வரீங்களா...'

'ஏன்?'

'எனக்கு இவ்வளவு தூரம் உதவி பண்றீங்க. உங்களுக்கு ஒரு காப்பியாவது வாங்கிக் கொடுக்கறேன். பணம் வந்திருக்கு.'

'அந்த நஷ்ட ஈட்டுப் பணம் வந்தப்புறம் காப்பி என்ன, விருந்தே கேட்டு வாங்கிக்கலாம். என்ன கலையரசி?'

கலையரசி மௌனமாக இருந்தாள்.

நிர்வாக அதிகாரியை மறுபடி பார்க்கச் சென்றிருந்தேன்.

'எந்த நாகப்பா? என்ன கேஸ்? விவரமாச் சொல்லுப்பா...'

'அதான் சார் டிரைவர் ஒன். லாரி விபத்து!'

'ஓ! அவனா? ஞாபகம் இருக்கு. அந்தக் கேஸ் தீர்மானிச்சுட்டமே. அந்தம்மாளுக்கு பதில்கூட டைப்படிச்சு வெச்சிருக்கே. வாங்கிட்டுப் போறியா?'

'எவ்வளவு சார் நஷ்ட ஈடு கொடுப்பீங்க?'

'நஷ்ட ஈடா... ஒரு பைசா கிடையாது! அவன்கிட்ட நாங்க நஷ்ட ஈடு கேட்காம இருந்தாப் பெரிசு!'

'என்ன சார் இப்படிச் சொல்றீங்க? கேஸை சரியாப் பாத்தீங்களா?'

'சரியாப் பாத்துட்டுத்தான் சொல்றோம் பிரதர்.'

'ஒரு தொழிலாளி தொழிற்சாலைக்குள்ளே மெதுவா அவனுக்குக் கொடுக்கப்பட்டிருந்த வண்டியை ஓட்டிட்டுப் போறபோது திடீர்னு காண்ட்ராக்ட் லாரி வந்து இடிச்சு...'

'கேஸ் தெரியும்பா எனக்கு.'

'தெரிஞ்சுமா இப்படித் தீர்மானிச்சீங்க?'

'இதப் பார்! பவர் ட்ராலியை ஃபேக்டரிக்குள்ள எந்த எந்தப் பாதையில ஓட்டணும், எந்த எந்தப் பாதையில் ஓட்டக்

கூடாதுன்னு சர்க்குலர் இருக்கு, தெரியுமா? நான் சேஃப்டி இன்ஜினீயருடைய ரிப்போர்ட்டைப் பார்த்துட்டேன். உங்க நாகப்பா ஓட்டிச் சென்ற பாதையே தப்பு. அதில் ட்ராலி போகக் கூடாதுன்னு தடை செய்து தெளிவா ஆபீஸ் ஆர்டர் இருக்கு. தப்பு முழுவதும் நாகப்பா பேர்லதான்!'

'அந்தப் பாதையில ஓட்டக் கூடாதுன்னு நோட்டீஸ் ஒட்டிருக்கீங் களா சார்? அவருக்கு எப்படி ஆபீஸ் ஆர்டர் ஞாபகம் இருக்கும்?'

'ஏம்பா, நீ எந்த யூனியன்?'

'இதே கேள்வியை அப்பவும் கேட்டீங்க. நான் யூனியன் சார்பில் வரலை. ஒரு நண்பன்கிற முறையில் வந்திருக்கேன். கம்பெனி நஷ்ட ஈடு கொடுத்தே ஆகணும் சார். அவன் மனைவி பாவம், நடுத்தெருவில் நிக்கறா சார்.'

'ஏன், அவளுக்கு பி.எஃப் பாக்கி கிடைக்கலையா இன்னும்? உடனே ஏற்பாடு செய்யட்டுமா?'

'கிடைச்சுது. எட்டாயிரம் ரூபா. எந்த மூலைக்குப் போதும்?'

'எட்டாயிரம் ரூபாயில் ஒரு பெட்டிக்கடை வெக்கலாம். மாடு வாங்கிப் பால் வியாபாரம் செய்யலாம். மெஷின் வெச்சு சம் பாதிக்கலாம். எவ்வளவோ இருக்கு...'

'அப்போ நஷ்ட ஈடு கிடையாதா?'

'சான்ஸே இல்லை.'

'அந்தம்மாவுக்கு ஒரு வேலையாவது கொடுங்க சார்.'

'வேலையா! இம்பாஸிபிள். ஏற்கெனவே ஃபாக்டரியில ஆள் ஜாஸ் தின்னு மேற்கொண்டு ஆளை எடுக்கக் கூடாதுன்னு மேலிடத்திலி ருந்து உத்தரவு இருக்கு. ஒரு ஆள்கூட என்னால எடுக்க முடியாது.'

'புதுசு புதுசா இன்ஜினியர்கள் சேர்றாங்களே!'

'அந்தம்மா இன்ஜினியரா?'

'இல்லை, எஸ்.எஸ்.எல்.ஸி!'

'இன்ஜினியர்கள்தான் புதுசாச் சேர முடியும். ஏன்னா அவங்கதான் இந்தத் தொழிற்சாலைக்கு உயிர்நாடி. டைப் அடிக்கக் கூடியவர்

களும் கணக்கெழுதக் கூடியவர்களும் ஏராளமாகவே இருக்காங்க. அவர்களை ஆள்குறைப்பு செய்யணும்னு முயற்சி பண்ணிக்கிட்டிருக்கோம்.'

'அப்ப அந்தம்மாவுக்கு என்னதான் தரப் போறீங்க?'

'நியாயமாக் கிடைக்கவேண்டிய பணத்தை ஒரு பைசா குறையாமக் கொடுத்துடுவோம். அவ்வளவுதான்!'

'அதாவது எட்டாயிரத்து சொச்ச ரூபா?'

'ஆமாம்.'

'நஷ்ட ஈடு கிடையாது?'

'பேசப்படாது. வேணும்னா அந்த லாரி ஓனர்கிட்ட க்ளெய்ம் பண்ணிக்க. ஃபாக்டரி ரூல்ஸை மாத்த முடியாது பாரு!'

'அக்கிரமம் சார். அந்தாளு இந்த ஃபாக்டரிக்கு இத்தனை வருஷம் உழைச்சதுக்கு...'

'இதப் பார் ஷண்முகம்...'

'முருகன் சார்!'

'முருகன்! உங்கிட்ட பிரசங்கம் கேட்டுட்டு இருக்கிறதுக்கு டயம் இல்லை. வேலை தலையைத் தின்னுது. தனிப்பட்ட மனிதர்களுக்காக ஸ்தாபன விதிகளை மாத்தறது நடக்காத காரியம்.'

'ஜெனரல் மானேஜரைப் பார்க்க முடியுமா சார்?'

'முடியாது.'

'ஏன் சார்?'

'இந்த மாதிரி சின்ன விஷயங்களுக்கெல்லாம் அவரைத் தொந்தரவு செய்யக்கூடாது. 'அவர் பாத்து முடியாதுன்னு சொல்லிட்டாரில்ல. என்கிட்ட ஏன் வரே?'ன்னு கேட்பார்.'

'இந்த முடிவை மாத்த அவருக்கு அதிகாரம் இருக்கில்ல?'

'எதுக்காக மாத்தணும்?'

'ஒரு மனுஷன் - ஒரு தொழிலாளி இறந்துபோய் அவன் குடும்பம் செயலற்று, வருமானமற்று நிக்கிற சமயத்திலே மனிதாபிமானத் தோட இந்தப் பிரச்னையை நிர்வாகம் அணுக வேண்டாமா?'

'மனிதாபிமானத்துக்கு இடம் கொடுத்தா ஃபாக்டரி போண்டி ஆயிடும்.'

'எதுக்காக சார் அந்த காண்ட்ராக்டர் லாரி உள்ள வரணும்?'

'உள்ள கட்டட வேலை நடக்கறதில்ல? அதுக்காக... இதப் பாருப்பா, போனாப் போவுதுன்னு எக்ஸ்க்ரேஷியாவா ஒரு ஐந்நூறு ரூபா போட்டுத்தரச் சொல்றேன்... அதுக்கே ஆடிட் பிச்சுப் பிடுங்கிடுவாங்க!'

எனக்கு சிரிப்பு வந்தது. 'போதாது சார்.'

'சரிதான் போய்யா. அவ்வளவுதான் கொடுக்க முடியும்.'

பிரமிப்புடன் வெளியே வந்தேன். அவ்வளவுதான். என்னால் முடிந்தது, அவ்வளவுதான். இந்தத் தேரை என் ஒருத்தனால் நகர்த்த முடியாது. இதற்கு யூனியன் தேவை. யூனியன் ஆசாமி களிடம் முறையிட்டுப் பார்க்கலாம். அவர்கள் எடுத்துக் கொள் வார்கள். நிச்சயம்.

யூனியன் ஆபீஸுக்குள் நுழைந்து, 'வணக்கங்க' என்றேன். சிகரெட் பிடித்துக்கொண்டிருந்த நாலைந்து பேர் தீவிரமாகப் பேசிக்கொண்டிருந்தார்கள். நான் வந்ததைக் கவனிக்கவில்லை. சற்று நேரம் காத்திருந்தேன்.

'என்னப்பா?' என்றான் ஒருவன்.

'நம்ம நாகப்பா கேஸ்!'

'யாரு நாகப்பா?'

'அதான் பிரதர்! போன மாதம் விபத்தில் இறந்துபோனானே!'

'தெரியும்.'

'அந்த ஆள் குடும்பம் பரிதாப நிலையில இருக்கு. மேனேஜ் மெண்ட் நஷ்ட ஈடு கொடுக்கணும்னு கேட்டு ஒரு லெட்டர் கொடுத்திருந்தாங்க... மறுத்துட்டாங்க!'

'அப்படியா? பார்க்கலாம் பிரதர். அந்த லெட்டர் பிரதி இருக்கா? கொடுத்துட்டுப் போ. செக்ரெட்டரி வருவார். அவர்கிட்டச் சொல்லிடறோம்.'

அவனிடம் நான் அந்தக் கடிதத்தின் பிரதியைக் கொடுத்தபோது, 'நீ மெம்பர்தானே?' என்றான்.

'இல்லீங்க!'

'சே!' என்று காகிதத்தைத் தூக்கி எறிந்தான்.

'முதல்ல மெம்பராச் சேரு. அப்புறம் க்ரீவன்ஸுக்கு வா.'

'யாருப்பா இவன்? நம்மவனா?'

'இல்லை. தமிழ்க்காரன்.'

இதுவரை இந்த மொழிப் பிரச்னையை உங்களிடம் நான் சொல்ல வில்லை. என் கதையைத் தமிழிலேயே எழுதிக்கொண்டு வந்தா லும் மேற்குறித்த சம்பவங்கள் அனைத்தும் தமிழில் நிகழ வில்லை. எங்கள் தொழிற்சாலையில் பெரும்பாலானவர் கன்னட மொழியில் பேசுவர். நாகப்பா கன்னடம். அவன் மனைவி கன்னடம். எட்டாயிரம் பேரில் ஐந்நூறு பேர்தான் தமிழர்கள். அறுநூறு பேர் மலையாளிகள். சில நூறு பேர் தெலுங்கர்கள், மற்ற மொழியினர். அன்றாடத் தொழில்நுட்ப வேலைகள் அனைத்தும் ஆங்கிலத்தில் நடைபெற்றாலும் பரவலாக விரவிய மொழி கன்னடம்தான். எனக்குக் கன்னடம் ஒழுங்காகப் பேச வரும். எழுத்து புரியாது! சக தொழிலாளிகளிடம் கன்னடத்தில் பேசுவ தில் எனக்குச் சிரமமோ தயக்கமோ கிடையாது. நான் படித்தது தமிழில்தான் என்றாலும் இந்த மண்ணில் நான் பிறந்து வளர்ந்து இருந்ததனால் நான் இந்த மாநிலத்தவன் என்பதே என் நம்பிக்கை. அது ஒரு பிரச்னையாகக் கிளம்பும் என்று நான் எதிர் பார்க்கவில்லை. 'தமிழ்க்காரன்' என்று அன்று குறிப்பிடப்பட்ட போதுதான் முதன்முதலில் அதை உணர்ந்தேன் என்று சொல்ல வேண்டும்.

சாயங்காலம். சாந்தாவைப் பார்க்கச் சென்றிருந்தோம். 'உங்க இரண்டு பேருக்கும் நான் எப்படி நன்றி சொல்றதுன்னு தெரியலை.'

'பணம் வரலியே!' என்றேன்.

'உறவுக்காரங்க சொன்னாங்க, ஃபாக்டரில நிச்சயம் நஷ்ட ஈடு கொடுப்பாங்கன்னு. அது எப்ப வரும்?'

'முயற்சி பண்ணிக்கொண்டிருக்கோம்மா.'

'கவலைப்படாதீங்க. பணம் வந்திடும்' என்றாள் கலையரசி.

'குழந்தை சங்கிலி ஒண்ணு இருக்கு. இதைக் கொஞ்சம் வித்துக் கொடுத்தீங்கன்னா...'

'அதெல்லாம் வேண்டாம்மா. உங்களுக்கு இப்ப எவ்வளவு பணம் வேணும்? நான் தரேன்.'

'வேண்டாங்க. கடனா வாங்கினா திருப்பித் தர முடியாது போயிடும்!'

'கடனா வேண்டாம். கஷ்ட காலத்தில் உதவி செஞ்சதா வெச்சுக் கங்க.'

'அந்தப் பணம் வந்தா சமாளிச்சுறலாம். கிடைக்குங்களா?'

கிடைக்காது என்று சொல்ல மனம் வரவில்லை.

'நிச்சயம் கெடைக்கும்மா.'

'எவ்வளவு வரும்?'

'சொல்ல முடியாதும்மா.'

'முருகன்! உங்களைத்தான் நம்பியிருக்கேன்' என்று என் காலில் விழுந்தாள். நான் பதறிப்போய் ஒதுங்கிக்கொண்டேன்.

'கவலைப்படாதீங்க. உங்களுக்கு ஒரு ஏற்பாடு செய்யறேன். இந்தாங்க, இதைச் செலவுக்கு வெச்சுக்கங்க. கலையரசிக்கு ஒரு சாரி எடுக்கலாம்னு வெச்சிருந்தேன். என்ன கலையரசி?'

'எனக்கு அவசரமில்லை. கொடுங்க!'

'உங்க ரெண்டு பேருக்கும் என்ன தங்க மனசு!'

நிர்வாகமோ யூனியனோ எதுவும் செய்ய முற்படாத நிலையில் ஒரு தனி மனிதனாக அந்தப் போராட்டத்தைத் தொடங்கினேன். சாந்தாவையும் அவள் மூன்று குழந்தைகளையும் அழைத்துச்

சென்று ஸ்டுடியோவில் போட்டோ எடுக்க வைத்தேன். அந்த போட்டோவைப் போட்டு கன்னடத்திலும் ஆங்கிலத்திலும் நோட்டீஸ் அச்சடித்தேன். தொழிற்சாலைக்குள் நுழையும்போது தொழிலாளர்கள் அனைவருக்கும் அவற்றை ஒரு நாள் விநியோகித்தேன்.

'இந்த நிலை உங்கள் மனைவிக்கும் வரவேண்டுமா?' என்று தலைப்பிட்டிருந்தேன். அதன் கீழ் படம். அப்புறம்...

செப்டம்பர் பத்தாம் தேதி காலை நாகப்பா (டிரைவர், கிரேடு ஒன்) தன் கடமையைச் செய்துகொண்டிருக்கும்போது தொழிற்சாலைக்குள் இறந்து போனான். ஒரு காண்ட்ராக்டரின் லாரி அவன் ஓட்டி வந்த பவர் ட்ராலியின்மேல் மோதிவிட, அவன் அந்த க்ஷணத்தில் இறந்துபோனான். நாகப்பாவுக்கு நிர்வாகம் நஷ்ட ஈடாகக் கொடுத்த பணம் எவ்வளவு? பூஜ்யம்! பெரிய பூஜ்யம்!

அவன் மனைவி, மூன்று பெண் குழந்தைகள் - நால்வரும் இன்று வறுமையின் விளிம்பில் இருக்கிறார்கள்.

நிர்வாகம் உபரி லாபத்தை வருமான வரியாக லட்சக்கணக்கில் கட்டுகிறது.

யோசித்துப் பாருங்கள். இது சரிதானா?

இதற்காக நீங்கள் ஏதாவது செய்யவேண்டாமா?

என்ன செய்யப் போகிறீர்கள்?

அந்தத் துண்டுப் பிரசுரம் தொழிற்சாலையில் நான் எதிர்பாராத அளவு பரபரப்பை ஏற்படுத்திவிட்டது. மத்தியானம் இடைவேளையில் கூடிக் கூடிப் பேசிக்கொண்டார்கள். பலர் என் ஷாப்புக்கு வந்து விசாரித்தார்கள். ஒரு செக்ஷனில் நாகப்பாவின் குடும்பத்துக்கு என்று நிதி திரட்டி இருநூற்றுப் பத்து ரூபாயை என்னிடம் தந்தார்கள். பெண்கள் சிலர் என்னிடம் வந்து நாகப்பாவின் விலாசம் விசாரித்தார்கள். பலர், 'என்ன செய்ய வேண்டும் என்று சொல், நாங்கள் செய்துகாட்டுகிறோம்' என்றார்கள். 'யோசித்துச் சொல்கிறேன்' என்றேன். இன்னும் சில பேர் என்னிடம் வந்து தத்தம் சொந்தப் பிரச்னைகளைச் சொல்லி என்னைத் தீர்வு காண உதவுமாறு கேட்டுக்கொண்டார்கள்.

அன்று மாலை தொழிலாளர்கள் வெளியே வரும்போது சற்று உயரமான இடத்தில் நின்றுகொண்டு சுருக்கமாக நாகப்பாவின் கதையை அவர்களுக்குச் சொன்னேன்.

பத்துப் பேர், நூறு பேர், ஆயிரம் பேர் என்று கூட்டம் சேர்ந்து நின்றுகொண்டு என்னைக் கவனமாகக் கேட்டது எனக்கு ஆச்சரிய மாக இருந்தது. நான் பேசி முடிந்ததும் அவர்கள் சிறிய சிறிய கூட்டங்களாகப் பிரிந்துகொண்டு தமக்குள் விசாரித்துக் கொண் டார்கள்.

ஒரு ஆள் என்னைக் குறிப்பாகக் கவனித்துக்கொண்டிருந்தான். கூட்டம் முடிந்ததும் என் அருகில் வந்து என் தோளில் கை போட்டு, 'தனியா வாங்க. உங்களோட பேசணும்' என்றான்.

அவனுடன் சென்றேன்.

'கை குடுங்க, நல்லாப் பேசினீங்க.'

'தாங்க்ஸ்.'

'என் பேர் மனோகர். மனோன்னு கூப்பிடுங்க.'

'என் பேர் முருகன்.'

'தெரியும். ஒங்களை ஒண்ணு கேக்கணும். நல்லாப் பேசிப் பிட்டீங்க. நோட்டீஸ் கொடுத்தீங்க. சரி, அவர்களைக் கொஞ்சம் சிந்திக்க வெச்சிங்க. சரி, அதுக்கப்புறம் என்ன?'

'யோசிக்கணும்!'

'யோசிக்காதீங்க, என்கூட வாங்க.'

'எங்கே?'

'நம்ம யூனியன் ஆபீஸுக்கு!'

'எதுக்கு?'

'இதப்பாருங்க முருகன்! நீங்க தனி ஆள். ஒரு இயக்கத்தோட பக்கபலம் இல்லாம உங்களால எதையும் சாதிக்க முடியாது.'

'எனக்கென்னவோ முடியும்னு தோணுது.'

'முடியாது பிரதர். முயற்சி பண்ணிப் பாருங்க!'

'யூனியன் ஆசாமிங்ககிட்ட ஒரு தடவை முயற்சி பண்ணிப் பார்த்துட்டேன் பிரதர்!'

'நீங்க அவங்ககிட்ட போனீங்க. தப்பு. எங்கிட்ட வாங்க, செய்து கொடுக்கறோம்!'

'ஓ! நீங்க கம்யூனிஸ்ட் யூனியனா?'

'ஆமாம்.'

'நிர்வாக அங்கீகாரம் பெறாத யூனியன்!'

'பெறத்தான் போறோம்!'

'எனக்கு கம்யூனிசத்தைப் பத்தி ஒண்ணும் தெரியாது.'

'தெரிய வேண்டாம். ஒரு சக தொழிலாளிக்காக பச்சாதாபப் படறீங்க இல்லே? அது போதும், வாங்க!'

தொழிற்சாலைக்கு வெளியே ஒரு சிறிய அறையில் இருந்தது அந்த அலுவலகம். பீரோ நிறையப் புத்தகங்களும் கருத்து வேறு பாடற்று பொதுத் தலைவர்கள் படங்களும் இருந்தன. வாசலில் கொள்கை விளக்கக் கூட்டத்துக்கு அங்கத்தினர்களை அழைத்தது ஒரு அறிவிப்புப் பலகை. ஒரே ஒரு பல்பு தொங்கியது. மனோகர் அங்கிருந்த தன் சகாக்களை அறிமுகப்படுத்தி வைத்தான்.

'இவர்தான் முருகன்!'

'வாங்க முருகன், உக்காருங்க! டீ சாப்பிடறீங்களா?'

'வேண்டாங்க.'

'நீங்க எடுத்துக்கொண்டிருக்கிற பிரச்னை, அதை நீங்க தீர்மானமா அணுகற முறை, அயராத உழைப்பு எல்லாமே எங்களுக்குப் பிடிச்சுப் போச்சு. நீங்க எங்க மெம்பரா ஆகணும்னு கட்டாயப் படுத்த விரும்பலை. ஆனா உங்க போராட்டத்தைப் பாராட்ட றோம். உங்களுக்கு உதவி செய்யத் தீர்மானிச்சிருக்கோம்!'

'எப்படிப்பட்ட உதவி?'

'இந்த மானேஜ்மெண்டை நகர்த்தறது ரொம்பக் கஷ்டமான காரியம். அதை நீங்களே கவனிச்சிருப்பீங்க! ஒரு கட்டத்துக்கு அப்புறம் நீங்களே அலுத்துப்போய் விட்டுடுவீங்க. அப்படி

அடிச்சுடுவாங்க! இன்னிக்கு காலையில வெளியில... நோட்டீஸ் கொடுத்தீங்க. மாலையில வெளியில பேசினீங்க... நாளைக்கு இதையே... ஃபாக்டரிக்குள்ள செய்து பார்க்க தைரியம் இருக்கா உங்களுக்கு?'

'இருக்கு!'

'அப்படிச் செய்தா என்ன ஆகும் தெரியுமா? உடனே உங்களை பிக்கெட்டிங்னு சொல்லி போலீஸைக் கூப்பிட்டு அரெஸ்ட் பண்ணி சஸ்பெண்ட் பண்ணிடுவாங்க. அவ்வளவுதான் உங்க போராட்டம்... நின்னு போயிடும். அதே காரியத்தை நீங்க எங்களுடைய பக்கபலத்தோட செஞ்சா, ஒங்களை அவங்க தொட முடியாது. என்னதான் மைனாரிட்டி யூனியனா இருந்தாலும் எங்களுக்கு இரண்டாயிரம் பேர் சப்போர்ட் இருக்கு. முக்கியமா பஸ் டிரைவர்கள் சப்போர்ட். அவங்க ஸ்டிரைக் பண்ணா ஃபாக்டரியே நின்னு போயிடும். அதனாலே எங்க யூனியன் சம்பந்தப்பட்ட ஆளுங்களைத் தொடறதுக்குத் தயங்கு வாங்க! இந்தப் போராட்டத்தை உங்களை முன்னே வைச்சுக் கிட்டு நாங்க நடத்திக் காட்டறோம்.'

'அந்த ஆளுக்குப் பணம் வருமா?'

'நாப்பதாயிரம் வாங்கித் தர்றோம்! நிச்சயமா! ஆனா எப்படி வாங்கறதுங்கறத எங்கிட்ட விட்டுடுங்க.'

'பின்ன நான் என்ன செய்யணும்?'

'நீங்க எங்க செக்ரெட்டரி ஆகணும்!'

'என்ன?'

'ஆமாம். நீங்க மெம்பரானா உங்களை செக்ரெட்டரியாத் தேர்ந்தெடுக்கறோம். இப்ப இருக்கிற செக்ரெட்ரி ஆஸ்துமாக் காரர். அவரால ஒண்ணும் செய்ய முடியலை. சரியா கவனிக்காம இருந்துட்டார். சடசடன்னு அங்கத்தினர் எண்ணிக்கை சரிஞ்சு போய் ரெண்டு முறை எலெக்ஷனில் தோத்துட்டம். எங்களுக்குப் புது ரத்தம் தேவையா இருக்கு. உங்களை நாங்க கவனிச்சோம். உங்க பேச்சை, உங்க ஆர்வத்தை, நீங்க செயல்படற விதத்தை... எல்லாத்தையும் கவனிச்சோம். நீங்கதான் எங்களுக்குச் சரியான ஆள்னு கமிட்டியில் தீர்மானிச்சுட்டம்! நாங்கள் இழந்துவிட்ட

ஸ்தானத்தை திரும்பிப் பெறணும்னா, புதுசா ஒரு ஆளைப் போட்டு ஆக்ஸிஜன் கொடுத்து உயிர்ப்பிச்சாத்தான் முடியும்.'

'இருங்க இருங்க! நான் இவ்வளவு தூரம் சிக்கலுக்குத் தயாரில்லை.'

'சிக்கல் ஏதும் இல்லை. உங்களுக்கு ஒரு பக்கபலம் தர்றோம். நீங்க சேர்ந்தீங்கன்னா உங்களை வெச்சுட்டு நிறைய சம்பாதிக்க முடியும்.'

'இல்லீங்க, நான் வரலைங்க.'

'உடனே மறுக்காதீங்க! யோசிச்சுட்டுக் காலைல சொல்லுங்க.'

'இல்லீங்க! நான் வரேங்க!' என்று விருட்டென்று எழுந்தேன்.

'காலைல சொல்லுங்க.'

'காலைல சொன்னாலும் இதே பதில்தான்!'

'சரி, அதைக் காலைல வந்து சொல்லுங்க! நான் மறுபடி உங்களை வந்து சந்திக்கறேன்!'

வீட்டுக்கு வந்ததும் சாந்தாவும், அவள் மூன்று குழந்தைகளும் காத்திருந்தார்கள். கலையரசி உள்ளே இருந்தாள்.

'என்னம்மா?'

'ஏதாவது தெரிஞ்சதுங்களா?'

'எதைப் பத்தி?' என்றேன் ஆயாசத்துடன்.

'பணம் வர்றதைப் பத்தி!'

பணம் கிடைக்காது என்று சொல்ல நினைத்தவன் தயங்கி, 'முயற்சி பண்ணிட்டிருக்கேன்ம்மா!' என்றேன்.

'இதெல்லாம் பாருங்க' என்று பற்பல காகிதங்களை என்னிடம் கொடுத்தாள். 'எல்லாம் அவர் விட்டுவிட்டுப் போன கடன்.'

நான் அந்தக் காகிதங்களை ஆராய்ந்தேன்.

சிட்ஃபண்டிலிருந்து கட்டவேண்டிய தொகை பாக்கிக்கு பய முறுத்திக் கடிதம்.

'இந்தத் தேதிக்குள் கட்டவில்லை என்றால் கோர்ட்டுக்குப் போவதைத் தவிர வேறு வழியில்லை எங்களுக்கு.'

கோ ஆபரேட்டிவ் சொஸைட்டியிலிருந்து மூன்று மாத பாக்கி.

'ஊர் முழுக்கக் கடன் வெச்சுட்டுப் போயிருக்கார். என்ன செய்வேன்னு புரியவே இல்லை. எல்லாத்தையும் கூட்டிப் பார்த்தா எட்டாயிரம் கடன் அடைக்கறதுக்கே போதாதுன்னு தெரியுது.'

'இவ்வளவு மோசமாயிருக்கும்னு நான் எதிர்பார்க்கலம்மா.'

'எங்கிட்ட அவர் எதையும் சொல்லலைங்க.'

கலையரசி கோப்பைகளில் காப்பி கொண்டு வந்தாள்.

'வீட்டு வாடகையோ ரெண்டு மாசம் பாக்கி இருக்கு!'

'காப்பி சாப்பிடுங்க!'

'எனக்கு ஒரொரு சமயத்தில வயிற்றில பகீர்ங்கறதுங்க! எல்லாத்தையும் உதறி எறிஞ்சுட்டு ரயில்ல...'

'சே! அப்படியெல்லாம் பேசாதீங்கம்மா.'

குழந்தைகள் காப்பியை ஆர்வத்துடன் உறிஞ்சிக் குடித்தன. சாந்தா வெற்றுப் பார்வை பார்த்துக்கொண்டிருந்தாள்.

'வாடகை குடுக்கலைன்னா காலி பண்ணிடலாம்னு பயமுறுத் துறாரு வீட்டுக்காரர்!'

'பயப்படாதீங்கம்மா. அப்படி எல்லாம் காலி பண்ண வைக்க முடியாது!'

'ரொம்ப டயர்டா இருக்கீங்களே!' என்றாள் கலையரசி என்னைப் பார்த்து.

'ஃபாக்டரில கொஞ்சம் ஸ்ட்ரெய்னா இருந்திச்சு.'

'நீங்க வீட்டுக்குப் போங்கம்மா! காலைல வந்து சொல்வாரு. குழந்தைகள் பாவம் தவிக்குதுங்க...'

'முருகன்! உங்களுக்கு எங்களால எவ்வளவு கஷ்டம் பார்த்தீங் களா? ஒரு நண்பர்ங்கற முறையில் உங்களை நாங்க எவ்வளவு

மண்மகன் ● 33

தொந்தரவு செய்யறோம்...' அதற்குப் பின் அவள் பேசிய வார்த்தைகள் அழுகை அலைகளில் கரைந்தன.

குழந்தைகள் ஒன்றும் புரியாமல் தாயுடன் சேர்ந்து அழுதன.

கலையரசி அவர்களைச் சமாதானப்படுத்தி, ஸ்திரப்படுத்தி முகத்தைத் துடைத்துவிட்டாள்.

அவர்கள் சென்றதும் கலையரசி, 'இவுங்க பொறுப்பை நாம ஏத்துக்கப் போறமா?' என்றாள்.

'அப்படி இல்லை கலையரசி. ஃபாக்டரில இருந்து ஏதாவது நஷ்ட ஈடு கிடைக்குமான்னு முயற்சி பண்ணிட்டிருக்கேன்.'

'கிடைக்குமா?'

'கிடைக்காது. தீவிரமாச் சண்டை போடணும்.'

'அதெல்லாம் உங்களால முடியுமா? உங்க வேலை போயிடப் போவுது!'

'அதான் யோசிச்சுக்கிட்டிருக்கேன்.'

'இதப்பாருங்க, அந்தம்மா கேஸ் பரிதாபந்தான். பாவம்தான். ஆனா ஒரு அளவுக்கு மேலே நம்மால உதவி செய்ய முடியுமா, யோசிச்சுப் பாருங்க. அவர்களை கவனிக்கவேண்டியது அவங்க உறவுகாரங்க இல்லையா? நாம எதுக்குப் பொறுப்பு எடுத்துக் கணும்? அவ்வளவு தூரத்துக்கு நமக்கு எங்க வசதி இருக்கு! எட்டாயிரம் ரூபா கடன்ங்கிறாங்க... வீட்டு வாடகைங்கறாங்க... அடுத்த வேளைச் சோற்றுக்கு வழியில்லைங்கறாங்க... சரிதான். மிகவும் பரிதாபமான கேஸ்தான். ஆனா, நம்மகிட்ட ஏதுங்க பணம்?'

'நீ என்ன சொல்றே?'

'கொஞ்சம் கசப்பா இருந்தாலும் இந்த விவகாரத்தில இனிமே நீங்க தலையிடறதை நிறுத்திக்கலாம்னுதான் தோணுது எனக்கு! தினம் அந்தம்மா இங்க வந்து பழி கிடக்கறாங்க... ஒரு நாள் ரெண்டு நாள் சாப்பாடு போட்டேன். தினமா?'

'என்ன இது கலையரசி, அவங்க இருக்கிற நிலையில் நம்மை எண்ணிப் பாரு...'

‘நம்மைன்னா என்னையா? எனக்கு இந்த நிலை வந்தா எப்பவோ...’

‘வேண்டாம் கலையரசி, அந்த மாதிரிப் பேச்சு வேண்டாம்.’

‘நான் சொல்வதைக் கேளுங்க. விட்டுருங்க. போதும். அந்தம் மாளுக்காக அல்லாடினது போதும். கடன் கொடுத்தது போதும். புடைவைக்கு வெச்சிருந்த பணத்தை அவங்களுக்கு வழங்கினது போதும். அந்த ஏழ்மை ரொம்பப் பெரிசு. அதை நிவர்த்திக்க நம்மால முடியாது. நாம அவ்வளவு பணக்காரங்க இல்லே.’

நான் யோசித்தேன். ‘இன்னும் ஒருநாள் பார்க்கறேன் கலை யரசி...’ என்றேன்.

‘ஒருநாளில் என்ன ஆயிடப் போறது?’

‘ஒரு கடைசி அஸ்திரம் வெச்சிருக்கேன்.’

மறுதினம் நான் கம்யூனிஸ்ட் யூனியனில் சேர்ந்தேன். முதலில் என்னை ஆக்டிங் ஓர்க்கிங் கமிட்டியில் நியமித்தார்கள். யூனியன் செக்ரெட்ரி நெடுநாள் விடுமுறையில் இருப்பதால் தாற்காலிக மாக அந்தப் பொறுப்பையும் எனக்குத் தந்தார்கள்.

அந்தச் சிறு குழுவின் உற்சாகம் என்னை ஆச்சரியப்படுத்தியது. எடுத்த எடுப்பிலேயே நாகப்பாவின் கேஸை தீவிரமாகக் கவனிக்கவேண்டும் என்றேன். மத்தியானத்துக்குள் நிர்வாகத் துக்கு யூனியன் சார்பில் ஒரு கடிதம் தயாரித்து ஸ்டென்ஸில் எடுத்துவிட்டார்கள்.

> நாகப்பாவின் மரணம் எங்கள் தொழிலாளர் வர்க்கத்தினர் ஒவ்வொருவருக்கும் ஒரு எச்சரிக்கையாக இருக்கிறது. அவர் கள் மனத்தில் ஒரு பரபரப்பையும் பயத்தையும் ஏற்படுத்தி யுள்ளது. ஒரு இயந்திரத்தின் அருகிலோ, ஒரு ஃபோர்க் லிஃப்ட் இயக்குவதிலோ, ஒரு லாரி ஓட்டுவதிலோ, ரசாயன சாலை யிலோ... எங்கும் எங்கும் தொழிலாளர்களுக்கு ஒருவித ஆபத்து நிலை ஏற்பட்டிருக்கிறது. இந்தச் சூழ்நிலை ஆரோக் கியமான உற்பத்தியை நிச்சயம் பாதிக்கிறது.
>
> நாகப்பாவுக்கு நஷ்ட ஈடு தரப்பட வேண்டும் என்று உழைப் பாளி வர்க்கம் ஒருமனதாகத் தீர்மானித்து விட்டது. இன்னும்

ஏழு தினங்களில் அவனுக்கு நஷ்ட ஈடு அறிவிக்கப்படவில்லை என்றால் அதன்பின் நிகழப்போகும் கசப்பான நிகழ்ச்சிகளுக்கு நிர்வாகம் முழுப் பொறுப்பையும் ஏற்றுக்கொள்ளவேண்டும்.

இங்ஙனம்,
வி.முருகன்,
ஆக்டிங் செக்ரெட்டரி,
தொழிலாளர் யூனியன்.

மத்தியானம் நிர்வாக அதிகாரி என்னைக் கூப்பிட்டார்.

'என்னப்பாது, நீ யூனியன் ஆசாமி இல்லேன்னு சொன்னே?'

'இப்ப யூனியன் ஆசாமி ஆய்ட்டேன் சார். அதுக்கு நீங்கதான் காரணம்.'

'ஆக்டிங் செக்ரெட்டரி! பலே! என்னை பயமுறுத்தறியா? மாட்டேன்னு சொன்னா என்ன செய்வே?'

'மாட்டேன்னு சொல்லிப் பாருங்களேன்!'

'இந்த லெட்டரை நான் ஏத்துக்கவே வேண்டாம் தெரியுமா?'

'ஏன் சார்?'

'உங்க யூனியனுக்கு மெஜாரிட்டி இல்லை!'

'மெஜாரிட்டி காட்டறம் சார், கூடிய சீக்கிரமே!'

'அங்கீகரிக்கப்படாத யூனியன்கூட எனக்குப் பேச்சுவார்த்தை கிடையாது. தெரியுமில்லே?'

'தெரியும். ஆனா நாங்க உங்ககிட்ட சொல்லவேண்டியது கடமை! சொல்லியாச்சு. விட்டுடுங்க. நடக்கறதைப் பாருங்க!'

'அதான் காம்பன்சேஷன் குடுக்கறேன்னு சொன்னேனே...'

'ஐந்நூறு ரூபாய்!'

'பின்ன... எவ்வளவு வேணும்?'

'குறைந்தபட்சம் ஐம்பதாயிரம் ரூபாய்!' என்றேன் சட்டென்று.

'ஆயிரம் ரூபா கொடுக்கறோம்.'

‘ஐம்பது பங்கு கம்மி.’

‘இந்த மாதிரி ஒரு ப்ரிஸிடெண்டை ஏற்படுத்த விரும்பலை நாங்க!’

‘வேண்டாம்! நடக்கட்டும்!’

‘ஸ்டிரைக் பண்ணுவீங்களா நாலஞ்சு பேர் சேர்ந்து?’

‘என்ன பண்ணுவோம்னு ஏழு நாளில் சொல்றோம்.’

‘சரி! அந்தம்மாவுக்கு டெம்பரரியா ஒரு வேலை கொடுக்கட்டுமா, பார்ட் டைம் ஆபரேட்டரா...’

‘இருநூறு ரூபா சம்பளமா?’

‘இருநூறு ரூபா பெரிசில்லையா, ஒண்ணும் கிடைக்காததுக்கு!’

‘வேண்டாம் சார்! நீங்க நஷ்ட ஈடு கொடுத்துடுங்க. அது போதும்.’

‘ஒருக்காலும் முடியாது. ரூல் இல்லை!’

‘ரூல் இல்லைன்னா உண்டாக்குங்க!’

‘இதப் பார் முருகன், ஏன் இதில எல்லாம் நீ போய் மாட்டிக்கறே? நாளைக்கு உன்மேல ஆக்ஷன் எடுத்தா இவங்க ஒருத்தனும் சப்போர்ட்டுக்கு வரமாட்டாங்க!’

‘அதைப்பத்தி நான் கவலைப்பட்டுக்கறேன்.’

‘அப்ப ஆயிரம் ரூபா காம்பன்ஸேஷன், பார்ட் டைம் வேலை வேண்டாங்கறே!’

‘எழுதிக் கொடுங்க.’

‘அதெல்லாம் முடியாது. நீ எழுதிக் கேளு, தரேன்!’

‘இல்லை சார்.’

‘சரி, போய்ட்டு வா. உன்னோட இவ்வளவு தூரம் பேசினதே பெரிசு!’

வெளியே வந்ததும் உடன் வந்திருந்த மனோகர் என் கையைக் குலுக்கி, ‘சரியாச் சொன்னே! நீதாம்பா தலைவன்!’ என்றான்.

'ஏதோ பேசினேன்ப்பா. ஆனா, அவங்க என்னவோ சம்மதிப் பாங்கன்னு தோணலை. நிச்சயம் பதில் தரமாட்டாங்க; அப்புறம் என்ன செய்யப் போகிறோம்?'

'என்ன செய்யணும்? நீ சொல்லு. நான் நடத்திக் காட்டறேன்!'

என்ன செய்ய வேண்டும்? எனக்குப் புரியவில்லை. வெளியே வந்தேன். மூன்று மணி ஷிப்ட் முடிகிற நேரம். தொழிற் சாலைக்குள் யூனியன் முறையிட்டு அலுவலகத்தின் முன் நூற்றுக் கணக்கான தொழிலாளர்கள் நடந்துகொண்டிருந்தார்கள்.

நான் அறைக்குள்ளிருந்து ஒரு ஸ்டூல் எடுத்துக்கொண்டு வந்து அதன்மேல் நின்றேன்.

'காம்ரேட்ஸ்!' என்று தொடங்கினேன். நடந்து கொண்டிருந் தவர்கள் நின்றார்கள். நின்றவர்கள் நிசப்தமானார்கள்.

'நம் யூனியன் சார்பில் நிர்வாகத்துக்கு இன்று நான் சமர்ப்பித்த கடிதத்தைப் படித்துக் காட்டுகிறேன், கவனியுங்கள்.' படித்தேன்.

'நாம் கேட்பது அநியாயமா?

'நம் கோரிக்கை அபத்தமானதா?

'நண்பா, உனக்கும் நாகப்பாவின் கதி நிகழ்வதற்கு எத்தனை நாளாகும்? நீ உயிரை விட மாட்டாய். ஒரு கையை இழப்பாய். ஒரு கண்ணை இழப்பாய். முடமாவாய். தொழிற்சாலை முழுவதும் விபத்துகள் பொதிந்திருக்கின்றன. உன் அங்கங்கள் முழுவதும் செயல்படும்வரை உன் உழைப்பைப் பயன்படுத்தும் நிர்வாகம், உனக்குச் சேதம் விளைந்ததும் உன்னை மறக்கப் போகிறது. யோசித்துப் பார். நீ என்னுடன் இந்தப் போராட் டத்தில் கடைசிவரை வருகிறாயா? மொழி வித்தியாசமின்றி, கட்சி வித்தியாசமின்றி ஒரு பொதுப் பிரச்னைக்கு நாம் முடிவு காண என்னுடன் வருகிறாயா?'

எல்லோரும், 'வருகிறேன்' என்றார்கள்.

'பின் ஏன் தயக்கம்? கூப்பிடு, மற்றவர்களை' என்றேன்.

கூட்டத்தில் சலசலப்பு ஏற்பட்டு சில தொழிலாளிகள் ஒவ்வொரு ஷாப்பாகச் சென்று ஐந்து மணி வரை ட்யூட்டி உள்ளவர்களை வெளியே அழைத்தார்கள். கிளம்பவிருந்த பஸ்களை நிறுத்தி

விட்டார்கள். நிர்வாக அதிகாரிகளின் கார்களை காற்று நீக்கி விட்டார்கள்.

சற்று நேரத்தில் அந்த இடத்தில் ஆயிரக்கணக்கில் கூட்டம் சேர்ந்துவிட்டது. ஒரு கோஷ்டி நிர்வாக அதிகாரியின் அலுவலக முன்னிலையில் நின்று 'வெளியே வா' என்று ஆர்ப்பாட்டம் செய்தது. மற்றொரு கூட்டம் ஜெனரல் மானேஜரை நோக்கிச் சென்றது. பிறிதொரு கும்பல் என்னை உயரப் பிடித்து காம்ரேட் முருகனை வாழ்த்தியது. தொழிலாளர் ஒற்றுமையை வாழ்த்தியது.

அந்த ஜன வெள்ளத்தின் நடுவே நான் செலுத்தப்பட்டேன். என் அன்றாட நிலைகள் அத்தனையும் கழன்றுபோய் என் ரத்தத்தில் சூடேறியது. அந்த இயந்திரத்தை இயக்கும்போது எனக்கு ஏற்பட்ட சக்தியைப் பற்றி முன்பு ஒருமுறை குறிப்பிட்டேன். இப்போது அந்தப் புதிய சக்தியை உணர்ந்தேன். ஜனசக்தி! நான் சொன்ன சொல்லை அப்படியே கேட்க, அப்படியே செயல் படுத்தத் தயாராயிருக்கும் ஒரு மஹா சக்தி.

செக்யூரிட்டி ஆசாமிகள் செயலற்று நிற்க, இன்னும் இன்னும் ஜனத்திரள் அதிகமாக, 'உடை!' என்றேன்.

அந்த ஒரு சொல் ஆணைக்கு உடனே கீழ்ப்படிந்து கல் பறந்து, கண்ணாடி உடைகிற சப்தம் கேட்டது எனக்கு பிரமிப்பாக இருந்தது. என் ரத்தநாளங்களில் கலந்துகொண்டுவிட்ட அந்தப் புதிய சக்தியின் சுறுசுறுப்பில் ஆயிரம் பேர் நடுவே நான் சட் டென்று உயர்த்தப்பட்டுவிட்டேன். என் உதட்டு நுனியில் வேகம் இருந்தது. என் வார்த்தைகளில் ஒரு இயக்கம் காத்திருக்கிறது. நான் தலைவன்.

மதுவின் போதைக்கும், ஏன் கஞ்சா போன்ற வஸ்துக்களின் லாகிரிக்கும் அதிகப்படியான உக்கிரம் வாய்ந்த இந்தப் புதிய சக்தியை உணர்ந்தவுடன் மற்றவர்களுக்கு எப்படியோ... எனக்கு ஒரு ஜாக்கிரதை உணர்ச்சியும் எச்சரிக்கையும் ஏற்பட்டது. 'அபாயம்! ஆயிரம் வால்ட்' என்று மண்டையோட்டின் சப்தம் அச்சுறுத்தியது.

'போதும்! போதும்... நம்ம எதிர்ப்பைக் காட்டறதுக்கு கல் லெறிஞ்சது போதும்! நிறுத்துங்க...'

'ஏய், நிறுத்துடா! தலைவர் சொல்லிட்டாரு. நிறுத்திடு!'

மண்மகன் ● 39

தலைவர்!

அவசரமாக அழைக்கப்பட்ட போலீஸ் சர்க்கிள் இன்ஸ்பெக்டர் ஜீப்பிலிருந்து இறங்கி என்னை நோக்கி வந்தார். என்னைச் சூழ்ந்துகொண்டார்கள். 'வழி விடுங்கப்பா! அவர் வரட்டும், வந்து பேசட்டும்' என்றேன். வழி விட்டார்கள். கூட்டம் மௌனமாகி, நானும் காவல் அதிகாரியும் என்ன பேசுகிறோம் என்பதைக் கவனிக்க முற்பட்டது.

'ஏம்பா, ஃபாக்டரிக்குள்ள கலாட்டா செய்யறியே, இது வம்பு தானே?'

'கலாட்டா எதுக்கு செய்யறோம்னு கொஞ்சம் விசாரிச்சுப் பாருங்க எஜமானரே!'

'எஜமானரே'யில் இருந்த ஏளனத்தில் கூட்டம் சலசலத்து சிரித்துக் கைதட்டியது.

'உனக்கு ஏதாவது பிரச்னை இருந்தா அதிகாரிகள் இல்லையா? லேபர் கமிஷனர் இல்லையா? ஜெனரல் மானேஜர் இல்லையா? அவுங்களோட ரூம்ல உட்கார்ந்து பேச்சுவார்த்தை நடத்தறதை விட்டுட்டு இப்படி...'

'அவங்கல்லாம் என்னை ரூம்ல உள்ள விடமாட்டாங்க இன்ஸ் பெக்டர்! இந்த மாதிரி கலாட்டா செய்தாத்தான் எல்லாருக்குமே விழிப்பு வரது. உங்களை எடுத்துக்கங்க! இந்த ஃபாக்டரிக்குள்ள ஒரு லாரி விபத்து நடந்ததே, அதைப் பத்தி ஏதாவது தெரியுமா உங்களுக்கு?'

'ஏன் தெரியாம... டிரைவரை அரஸ்ட் பண்ணி வெச்சுட்டம்.'

'அதில இறந்துபோன தொழிலாளி குடும்பம் இப்ப நடுத்தெரு வில நிற்கறதே... அதுக்கு நீங்க என்ன உதவி செய்ய முடியும்?'

'அதுக்கு உங்க ஃபாக்டரி நிர்வாகம்தான் ஏதாவது செய்தா கணும்.'

'அதான் சார் கேக்கறோம்!' என்றேன் அழுத்தமாக. உடனே விசில், ஆரவாரம்...

சப்தம் அடங்கியதும் இன்ஸ்பெக்டர், 'இதப் பாருப்பா, முதல்ல இந்தக் கூட்டத்தை விலகச் சொல்லு. என்னைப் பொருத்தவரை யிலும் அதுதான் வேலை.'

'விலகலைன்னா?'

'நாங்க விலக்க வேண்டி வரும். கண்ணீர்ப் புகையோ, துப்பாக்கி சத்தமோ வேண்டாம்னு பார்க்கறேன். நான் இந்த உத்தரவாதம் தரேன். இந்தப் பிரச்னை குறித்து உடனே மானேஜ்மெண்ட் ஆபீசர்கள் கூட பேச்சுவார்த்தைக்கு ஏற்பாடு செய்யறேன். நீ அவங்களைப் போய் சந்திச்சு...'

'நான் அவங்களைச் சந்திக்கணுமா... ம்ஹூம்!'

'பின்ன எப்படி? லேபர் கமிஷனர் ஆபீஸ்ல வெச்சுக்கலாமா?'

'ம்ஹூம். அவுங்க எல்லாரையும் உங்க போலீஸ் அவுட் போஸ்டுக்கு வரச் சொல்லுங்க. அங்க நான் வரேன், வந்து சந்திக்கறேன்னு சொல்லுங்க.'

'என் ரூம்ல இடம் போதாதுப்பா!'

'அங்கதான் வருவார்' என்று கூட்டம் ஆரவாரித்தது.

'சரி, கேட்டுப் பார்க்கிறேன். இவங்களை எல்லாம் விலகச் சொல்லு!'

'நண்பர்களே! எல்லோரும் அமைதியாக விலகுங்க! நான் நிர்வாகத்தோட பேசிவிட்டு உங்களுக்குத் தகவல் சொல்றேன்' என்றேன்.

'பேசிட்டு அடுத்தது என்ன செய்யணும்னு சொல்லுங்க. நடத்திக் காட்டறோம்!' என்றனர் தொழிலாளர்கள்.

'சொல்றேன்' என்றேன்.

நான் இறங்க நடக்க, என்னுடன் ஆதரவாக நடந்தார்கள்.

'அப்படியே நம்ம சோமப்பா சஸ்பென்ஷன் கேஸையும் கேட்டுடுங்க!'

'வேஜ் ரிவிஷன் என்ன ஆச்சுன்னு கேளுங்க...'

'கான்டீன்ல பால் கொடுக்கறதாச் சொன்னது என்ன ஆச்சு?'

'சைக்கிள் ஸ்டாண்டு கட்டறது?'

அவர்கள் பிரச்னை அனைத்தும் என்னுடன் நடந்து வந்தன.

‘எனக்கென்னவோ நீங்க செய்யறது ரொம்ப அபாயகரமாப் படுது!’ என்றாள் கலையரசி.

‘இல்லை கலையரசி, எனக்கு ஒண்ணும் ஆகாது.’

‘எதுக்காகவோ அந்தம்மா விவகாரத்தை தீவிரமாக எடுத்துக் கிட்டு ரொம்பப் பெரிசாப் பண்ணிட்டீங்க! அகலக்கால் வெச்சுட் டீங்க!’

‘சேச்சே, அப்படி எல்லாம் இல்லை.’

‘இனிமே நீங்க விரும்பினாக்கூட இதில இருந்து வெளிய வர முடியாது! கம்யூனிஸ்ட் கட்சியில சேர்ந்துட்டீங்களாமே?’

‘இல்லை கலையரசி! ஒரு இயக்கத்தினுடைய பக்கபலம் எனக்குத் தேவையா இருந்தது. அதனால் அவங்களை என்னோட சேர்த்துக்கிட்டேன். நான் அவங்களோட சேரலை!’

‘எதுக்காக இதெல்லாம்?’

‘நியாயத்துக்காக.’

‘ஒரு தனிப்பட்ட மனைவியோட பிரச்னையை நீங்க பெரிசா எடுத்துக்கப் போயி அதோட அது நிக்காம உங்களை எங்கேயோ இழுத்துக்கிட்டுப் போயிருச்சு பாருங்க! ஏதோ நஷ்ட ஈடு கேட்டீங்க, அவுங்க குடுக்கலை. அதோட அதை விட்டுற வேண்டியதுதானே?’

‘நியாயத்துக்காக ஒருத்தன் போராடறது தப்புங்கறியா?’

‘போராடலாம். நமக்கு எவ்வளவு தூரம் வசதி இருக்கோ அது வரைக்கும்தான் போராடணும். நம் சுதந்தரத்தை, நம் வேலையை அது பாதிக்கிறதுன்னா அதை விட்டுறணும்!’

‘யாராவது ஒருத்தனாவது ஒரு பொதுக் கொள்கைக்கு சண்டை போட வேண்டாமா?’

‘நீங்க ஏன் அதைச் செய்யணும்?’

‘எனக்கு என்னவோ, நான் இதிலே நுழைஞ்சது, அதுக்குப் பின்ன நடந்தது எல்லாத்திலயும் என்னை அறியாம, என் சக்திக்கு மீறின ஏதோ ஒரு கடவுள் செயல் இருக்கறதாப் படுது. ஏதோ

கண்ணுக்குத் தெரியாத ஒண்ணு என்னைச் செலுத்தற மாதிரித் தோணுது!'

'இதெல்லாம் நொண்டிச் சாக்கு. மறுபடி சொல்றேன். எனக்குப் பிடிக்கலை. பயமா இருக்கு!'

'வேலை போய்டுங்கறியா? பயப்படாதே. என் திறமைக்கு எத்தனையோ வேலை கை மேல கிடைக்கும்! வாசல்ல யாரு பாரு?'

'சாந்தம்மாதான். வேற யாரு?' என்று அலுத்துக்கொண்டே சென்றாள்.

நிர்வாகத்திடம் நடத்திய பேச்சுவார்த்தையில் நான் ஐந்து கோரிக்கைகளைச் சமர்ப்பித்தேன்.

தொழிற்சாலையில் தொழிலாளர்களுக்கு விபத்து ஏற்பட்டால் அவர்களுக்கு ஏற்படும் நஷ்டத்துக்கு உடனே ஈடு செய்யும் தொகை தரப்படவேண்டும். எவ்வளவு நஷ்ட ஈடு என்பதைத் திட்டவட்டமாகத் தீர்மானிக்கும் அளவுகோல்கள் அமைக்கப்பட வேண்டும்.

விபத்தின் விளைவுகளிலிருந்து மேலும் பாதுகாப்பு அளிக்க குழு வகையில் இன்ஷூரன்ஸ் திட்டம் உடனே அமல்படுத்த வேண்டும். அதற்கான ப்ரீமியத் தொகையை நிர்வாகம் செலுத்த வேண்டும்.

தொழிற்சாலையில் விபத்து ஏற்படக்கூடிய பற்பல நிலைமைகளைத் தவிர்ப்பதற்கு நிர்வாகம் தீவிர கவனம் செலுத்தவேண்டும்.

தொழிலாளர் யூனியன் அங்கீகாரம் விஷயமாக உடனே ஒரு மறு பரிசீலனை வேண்டும்.

தொழிலாளர் பிரச்னைகளில் நிர்வாகத்துக்கு உண்டான அக்கறையை நிரூபிக்கும்வண்ணம் காலஞ்சென்ற நாகப்பாவின் மனைவிக்கு ரூபாய் ஐம்பதாயிரம் நஷ்ட ஈடு உடனே அளிக்க வேண்டும்.

ஜெனரல் மானேஜர் என்னை நிமிர்ந்து பார்த்து, 'நான்சென்ஸ்!' என்றார்.

'எது சார்?'

'அஞ்சாவது!'

'முதல் நாலு?'

'நீ எங்களுக்குச் சொல்லவே வேண்டாம். முதல் நாலும் ஏற்கெனவே இருக்கு. உனக்குத் தெரியாது போலும்! அதுக்கு உண்டான ப்ரீமியம் அஞ்சு ரூபாயோ, பத்து ரூபாயோ! அதை உங்களால கொடுக்க முடியாதுன்னு கதை பண்ணாதே!'

'மற்ற விஷயங்கள்?'

'நஷ்ட ஈடுங்கறது நிஜமாகவே மானேஜ்மெண்டுடைய பத்திரக் குறைவினால் ஏற்பட்ட விபத்துன்னா நாங்க கொடுத்தே தீருவோம். நாகப்பா கேஸ் அப்படி இல்லை. ட்ராலி போகக் கூடாதுன்னு தடை செய்யப்பட்டிருக்கற சரிவான ரோடுல வேணும்னே போனான்...'

'அந்தப் பாதையில போர்டு எதுவும் போட்டிருந்தீங்கன்னா நீங்க சொல்றது நியாயம். இந்தப் பாதையில ட்ராலிகள் போகக் கூடாதுன்னு எதுவும் இல்லை. அல்லது சின்னச் சின்னத் தடுப்புக் கம்பங்கள் வெச்சு ஆள்கள் மட்டும் போற மாதிரி செய்திருக் கலாம். ஏதோ ஒரு நாள் சர்க்குலர் அனுப்பிச்சதோட ஒங்க பொறுப்பு முடிஞ்சுடுதா?'

உடன் வந்திருந்த சேஃப்டி இன்ஜினியர், 'போர்டுகூட போட்டி ருந்தோம். தொழிலாளர்கள்தான் அதை நீக்கிட்டாங்க' என்றார்.

'பாத்தீங்களா?'

'நீக்க முடியாதவகையில போர்டு போடறது?'

'இதப் பார் முருகன், நீங்க உங்க டிமாண்ட்ஸை கொடுத்துட்டுப் போங்க! இதைப்பத்தி பாரபட்சமில்லாம விசாரிக்கிறதுக்கு ஒரு கமிட்டி உடனே நியமிக்கிறேன்... அவங்க முடிவுப்படி செயல் படுத்தறேன்...'

'ஒரு பிரச்னையை தள்ளிப் போடறதுன்னா உத்தமமான வழி கமிட்டி அமைக்கிறதுதான் சார்.'

'ஒரு மாதத்தில் அந்தக் கமிட்டியோட ரிப்போர்ட்டைத் தரும்படியா சொல்லிடறேன். ஒரு மாதம் பொறுத்துக்க மாட்டீங்களா?'

‘அந்தக் கமிட்டியில நாங்க உண்டா சார்?’

‘நீங்கன்னா?’

‘எங்க யூனியன்!’

‘உங்க வலிமையை, உங்களுடைய தொழிலாளர் பக்கபலத்தின் எண்ணிக்கையை நிரூபித்துக் காட்டுங்க... அப்புறம் உங்களைச் சேத்துக்கறோம். மிஸ்டர் முருகன்... நீங்க நேத்திக்குச் செஞ்ச கலாட்டாவுக்கு உங்களை உடனே சஸ்பெண்ட் பண்ணி, டிஸ்மிஸ் செய்திருக்கணும்...’

‘ஏன் செய்யலை?’ என்றேன்.

‘அது மானேஜ்மெண்டுக்கு உள்ள பொறுப்பு உணர்ச்சியைக் காட்டுது.’

பொய்! என் மேல் நடவடிக்கை எடுத்தால் அது இந்தச் சந்தர்ப் பத்தில் மிகப் பெரிய பிரச்னை ஆகிவிடும் என்று அவர்களுக்குத் தெரியும். இன்றைய தினம் நான்தான் தலைவன் என்பது தெரியும். அதனால்தான் பேச வந்திருக்கிறார்கள், பெரிய ஆபீசர்கள், ஜெனரல் மானேஜர் உள்பட எல்லாருமே!

சக்தி! மிகப் பெரிய சக்தி! என்னிடம் வந்து தெரியாத்தனமாக மாட்டிக் கொண்டுவிட்ட பிசாசு!

‘சரி சார்! வர்ற ஒர்க்ஸ் கமிட்டி எலெக்ஷன்ல நிரூபிச்சுக் காட்டறம் சார். ஆனா இப்ப நாகப்பாவுக்கு நஷ்ட ஈடு கொடுக்கறதப் பத்தி ஒண்ணுமே சொல்லலியே நீங்க...’

‘கமிட்டி ரிப்போர்ட் வந்ததும் அதன்படி அவனுக்கு நஷ்ட ஈடு கொடுத்தாகணும்னு ஏற்பட்டா நிச்சயம் அந்த நிமிஷமே செக்கைக் கொடுத்துடறோம். சரிதானே!’ என்று என் கையைக் குலுக்க தன் கையை நீட்டினார் ஜி.எம்.

வெளியே என்னுடன் வந்த என் யூனியன் நண்பர்கள், ‘சபாஷ் முருகன்! பிச்சு உதறிப்பிட்டே! இந்த சூட்டில எலெக்ஷன் வேற வருது. இதுல மட்டும் நாம ஜெயிச்சுட்டம்னா...’

‘ஜெயிக்கத்தான் போறோம் பிரதர்! பார்த்துட்டே இருங்க! பிர சாரத்தை உடனே தொடங்கி எப்படி இதை நடத்தறதுன்னு நான் சொல்றேன்!’

'நீங்க சொல்றதை ரெட்டிப்பா நடத்திக் காட்டறோம்!'

'எலெக்ஷனுக்கு இன்னும் எத்தனை நாள் இருக்கு?'

'பத்து நாள்!'

'சரி. பத்து நாளில் ஃபாக்டரியில் இருக்கற எல்லாரையும் ஒவ்வொருத்தராப் போய் சந்திப்போம். சந்திச்சுப் பேசி, 'நீங்க ஓட்டுப் போடப்போறது கட்சிக்காக அல்ல, அரசியலுக்காக அல்ல, தொழிலாளர் நலம் சம்பந்தமான ஒரு கொள்கைக்காக! நாகப்பா கேஸ்தான் இதில் பிரதானம். இந்த மாதிரி ஆள் இறந்து போனான். அவனுக்காக அங்கீகரிக்கப்பட்ட யூனியன் என்ன செஞ்சது! ஒரு ---ம் இல்லை. நான் போய் இது விஷயமா அவங் களை அணுகினபோது அப்பட்டமா எடுத்துக்க மறுத்துட்டாங்க. இவங்களுக்கா ஓட்டுப் போடுவீங்க?'ன்னு மட்டும் கேளுங்க. அந்த ஒரு பாயிண்ட் போதும். வேற எதையும் தொடாதீங்க!'

'முருகன், நீங்க பெரிய ஆள்!'

'இல்லை பிரதர், பெரிய ஆளா திடீர்னு உயர்த்தப்பட்டிருக்கேன். எப்படின்னு எனக்குப் புரியலை.'

'முருகன், ஒரு ஐடியா!'

'என்ன?'

'எலெக்ஷனுக்கு முந்தி அந்த நாகப்பாவுடைய மனைவியையும், குழந்தைகளையும் நம்ம தொழிலாளிங்க முன்னிலையில் கூட்டிட்டு வந்து ஒரு முறை காட்டிடலாம்.'

எனக்குச் சட்டென்று இந்தக் கருத்தின் பிரசார முக்கியத்துவம் உறைத்தது. இருந்தும் அவ்வாறு செய்ய முற்படுவது தப்பு என்றும் தோன்றியது.

'வேண்டாம்பா!' என்றேன்.

'நீங்க சொன்னா அந்தம்மா ஒத்துக்குவாங்க. சொல்லிப் பாருங் களேன். அவங்களுக்கு இதில நஷ்டம் ஏதும் இல்லை; இதனால நமக்குக் கொஞ்சம் பலம் ஏற்பட்டு அவங்களுக்கு அம்பதாயிரம் இல்லைன்னாலும் இருபதாவது வாங்கிக் கொடுக்கற வாய்ப்பு அதிகமாவது பாருங்க!'

‘கேட்டுப் பார்க்கறேன். இஷ்டமில்லைன்னா அவர்களை ஃபோர்ஸ் பண்ண விரும்பல நான்.’

‘வேண்டாம். நிச்சயம் ஒப்புத்துப்பாங்க. எனக்குத் தெரியும்!’

‘எப்படிப்பா?’

‘ஒங்களுக்குள்ள ஒரு சக்தி இருக்கு! கவர்ற சக்தி. நீங்க பேசற விதம், உங்க தோற்றம், உங்க கையசைப்பு எல்லாத்திலயும் இந்த மனுஷன் நல்லதுக்குத்தான் சொல்றான்னு ஒரு சாயல் இருக்குது. முருகன், நம்ம யூனியன் மறுபடி தழைத்தோங்கறதுக்கு ஏற்பட்ட பெரிய வாய்ப்பு நீங்க. எங்கேயோ போய்டுவீங்க, பாருங்க. மத்தவங்களை தூக்கிச் சாப்பிட்டுடுவீங்க. பார்த்துக்கிட்டே இருங்க!’

வீட்டுக்குத் திரும்பிச் செல்கையில் நாகப்பாவின் வீட்டுக்குச் சென்று சாந்தாவைப் பார்த்தேன். முதல் முறையாக சற்று பளிச் சென்று உடை அணிந்திருந்தாள். குழந்தைகளும் பாவாடை சட்டை புதுசா அணிந்திருந்தன.

‘ஆறது ஆகட்டும்னு எல்லாத்துக்கும் புதுசா துணி எடுத்துட்டேன். செலவு ஆய்டும், செலவாயிடும்னு இப்ப கிழிஞ்ச துணியை போட்டுக்க முடியறதா பாருங்க... நடக்கறது நடக்கட்டும். உங்க ஃபாக்டரி நஷ்டப் பணம் கொடுத்தா சரி. இல்லைன்னா குடுத்த பணத்தை செலவழிச்சுக்கிட்டே வரது. எட்டாயிரம் ரூபா இருக்கு. எட்டாயிரம் வரைக்கும் கொஞ்சம் சந்தோஷமா இருக்கறது. அதுக்கப்பறம்... கடவுள் எனக்குன்னு ஒரு கதி நிச்சயம் பண்ணாமயா இருப்பான்? ஏதாவது நடக்கட்டும் முருகன்! நீங்க எனக்காக அத்தனை சிரமம் எடுத்துக்கிட்டீங்களாம். மத்தியானம் கலையரசி சொன்னா. எனக்கு ரொம்ப வருத்தமா இருந்தது. ஸ்டிரைக் கூட பண்ணினீங்களாமே! முருகன்! போதும், நான் ஒரு மனைவி கஷ்டப்படறது போதும். உங்க மனைவியையும் சேத்துடாதீங்க. வேலை கீலை போய் ஏதாவது ஆயிடப் போவுது. கலையரசி ரொம்ப வருத்தப்பட்டுக்கிட்டா...’

‘கலையரசி என்ன சொன்னா?’ என்றேன் சற்று கோபத்துடன்.

‘இனிமே என் புருசனைத் தொந்தரவு செய்யாதீங்கன்னு நேராவே சொல்லிட்டா. அவ சொல்றதில நியாயம் இருக்கறதினாலே எனக்கு கோபமில்லை. நானாத்தான் எனக்கு ஒரு பிழைப்பைத் தேடிக்கணும். மத்தவங்க முதுகில என் பாரத்தை ஏத்தறது தப்பு...’

‘கலையரசி என்ன இருந்தாலும் அந்த மாதிரி உங்ககிட்டப் பேசியிருக்கக் கூடாது. இதப் பாருங்கம்மா, நான் உங்க கணவருக்காக ஃபாக்டரில சண்டை போடறது நாகப்பா என்ற தனி மனிதனுக்காக இல்லை. அவரோட மரணத்தில ஒரு ஆதார மான விஷயம் இருக்கு. ஒரு தொழிலாளி தன் கடமையைச் செய்கிறபோது விபத்தில இறந்துபோனா அவன் குடும்பத்துக்கு மானேஜ்மெண்ட் எவ்வளவு தூரம் பொறுப்பு எடுத்துக்குங்கிற ஆதாரமான கேள்வி. நாகப்பா ஒரு முன்மாதிரி. அவ்வளவுதான். உங்களால எனக்கு ஒரு பாரமும் இல்லை. உங்களால் எங்களுக்கு எல்லாருக்கும் நன்மை ஏற்படணும்கிற சுயநலமான காரணத் தினாலதான் நாங்க உங்களுக்கு உதவறோம். வெற்றி பெற்றிடு வோம்னு ஒரு நம்பிக்கை ஏற்பட்டிருக்கு. அதுக்கு உங்க உதவி தேவையா இருக்கும். ஒரே ஒரு உதவி! அதுக்கப்புறம் நான் உங்களைத் தொந்தரவு செய்ய மாட்டேன்!’

‘என்ன, சொல்லுங்க!’

‘நீங்க ஒரு முறை ஃபாக்டரிக்கு வந்து எங்க தொழிலாளர்களை சந்தித்துப் பேசணும். அவ்வளவுதான்.’

‘அவ்வளவுதானே... நிச்சயம் வரேன்!’

‘ரொம்ப தாங்க்ஸ். வரட்டுமா! ஒரே ஒரு சின்ன விஷயம்...’

‘என்ன?’

‘வர்றப்போ இந்த மாதிரி பளிச்சுன்னு புடைவை கட்டிக்கிட்டு வர வேண்டாம்!’ அவன் சிரிக்க,

‘சரிங்க! அழுது வடியற புடைவை எங்கிட்ட நிறைய இருக்கு!’ என்றவள், ‘இருங்க, காப்பி சாப்பிட்டுப் போங்க’ என்றும் சொன்னாள்.

வீட்டுக்குத் திரும்பியதும் கலையரசி, ‘என்னங்க இத்தனை நேரம்? சினிமாவுக்குப் போகணும்னு காலையிலேயே சொல்லி யிருந்தேனே...’

‘ஓ! ஸாரி! மறந்து போச்சு! ராத்திரி ஷோ போகலாம்.’

‘எங்க போயிருந்தீங்க?’

‘சாந்தாவைப் பார்க்க!’

அவள் முகம் வாடியது. 'இன்னும் அவ உங்களை விடலையா?'

'அப்படி எல்லாம் பேசாதே கலையரசி! அவ ஒண்ணும் என்னைப் பிடிச்சு வெச்சுக்கலை. நான்தான் அவகிட்டப் போறேன்!'

'அது இன்னும் விசேஷம்! ஏதாச்சும்...'

'அவ நஷ்ட ஈடு கிடைக்கறதுக்கு இப்ப வாய்ப்பு அதிகமாகி சூழ்நிலை சாதகமா இருக்கு. அதுக்காக அவளை கொஞ்சம் ஃபாக்டரிக்கு அழைச்சுட்டுப் போகவேண்டியிருக்கு. அதை ஏற்பாடு செய்யப் போயிருந்தேன்!'

'எனக்கென்னவோ இது எங்கே கொண்டுபோய் விடப் போற தோன்னு கவலையா இருக்கு. வாங்க, ஏதாவது சாப்பிட்டீங்களா?'

'சாந்தா காப்பி கொடுத்தா' என்றேன்.

சாந்தாவை தொழிலாளர்களுக்கு 'காட்டும்' அந்தச் செயலை நாங்கள் நாகரிகமாகவே செய்தோம். அவளை விளம்பரப் பொருளாகவோ, பிரசார சாதனமாகவோ உபயோகிப்பதாக யாரும் உணர முடியாமல் மென்மையாகச் செய்தோம். தொழிற்சாலைக்கு வெளியே இருந்த யூனியன் அலுவலகத்தில் அவளைக் கூட்டி வந்து ஐந்தாறு பெண் தொழிலாளிகளுடன் உட்கார வைத்து அந்த மூன்று பெண்களையும் அருகே விளையாடவிட்டு, மற்ற தொழிலாளர்கள் அந்தக் குழந்தைகளின் விளையாட்டுத் தனத்தையும், அந்தத் தாயின் தனிமையையும் உணரச் செய்தோம். எல்லோரும் வந்து அவளை அன்புடன், பணிவுடன் விசாரித்தார்கள்.

இந்த ஒரு செயலால், வரப்போகிற வொர்க்ஸ் கமிட்டி தேர்தலில் எங்களுக்கு எவ்வளவு தூரம் பயன் விளையப் போகிறது என்பதை எங்களுக்கு அப்போதே உணர முடிந்தது. புதிய புதிய முகங்கள் எங்களை நோக்கி வந்தன. ஆர்வமுள்ள இளைஞர்கள் நோட்டீஸ் ஒட்டினார்கள். ஆதாரபூர்வமான யூனியன் ஆட்டம் கண்டுவிட்டது. அவர்கள் நிச்சயம் தோற்றுவிடப் போகிறார்கள் என்கிற சல சலப்பை எங்கள் நாடித் துடிப்பில் உணர ஆரம்பித்து விட்டோம். தேர்தல் நாள் நெருங்க நெருங்க என் நேரம் முழுவதும் யூனியன் அலுவலகத்தில் கழிக்க வேண்டியதாயிற்று. நாலரைக்குச் சங்கு ஊதியதும் அங்கே போய் விடுவேன். இன்று வாலண்டியர்கள் எத்தனை தொழிலாளர்களை நேரில் சந்தித்தார்கள், அவர்களிடம் என்ன சொன்னார்கள் என்று நிதானமாகக் கேட்பேன். அவர்கள்

திரும்பத் திரும்பச் சொன்னதெல்லாம், 'மற்றொரு நாகப்பாவைத் தவிர்க்க வேண்டுமா? எங்களுக்கு ஓட்டுப் போடுங்கள்' என்பதே! இந்த மந்திரம் மின்சாரம் போல தொழிற்சாலை முழுவதும் பரவி விட்டது. மிக மிக ஆர்வத்துடன் தேர்தல் நாளை நாங்கள் எதிர்பார்த்தோம். ஒரு நேர்முகமான பலப்பரீட்சை. புத்துயிர் பெற்றது நாங்களா; பழைய பெருச்சாளிகளான அவர்களா என்று தீர்மானமாகி விடப்போகிற அந்த நாள் நெருங்கிக்கொண்டே வர, எதிர்க்கட்சியினர் நம்பிக்கையிழப்பதும், அவர்களின் சின்னச் சின்ன வன்முறைகளிலிருந்து தெரிந்தது. கேட் கூட்டம் ஒன்றைக் கலைப்பதற்கு சோடாபுட்டி வீசினார்கள். என் மேல் விழுந்து நெற்றியில் லேசாகக் காயம் பட்டது. அந்தக் காயத்தின் பிளாஸ்திரி எனக்கு மற்றொரு வெற்றிச் சின்னமாக மாறிவிட்டது. மிகச் சுலபமாக... அந்தக் காயத்தினால் எனக்கு ரத்தம் கொட்டு கொட்டென்று கொட்டியதாகவும், எட்டு தையல்கள் போட வேண்டியிருந்ததாகவும் வதந்திகள் பரவின.

வெற்றி என்பதை ஒரு நங்கையாகக் காட்டுவது நம் மரபு. அதுவும் இளம் நங்கையாக... கையில் மாலை வைத்துக்கொண்டு எனக்காகக் காத்திருப்பதாக சுவர்களில் படம் வரைந்தார்கள். வெற்றி என்பது ஏறக்குறைய நிச்சயமாகிவிட்ட அந்தத் தருணத்தில் மாநிலத்தில் ஒரு மாறுதல் நிகழ்ந்தது. புதிதாக பொறுப்பேற்றுக் கொண்ட முதலமைச்சர் ஒரு பொதுக்கூட்டத்தில் பேசும்போது...

'இந்த மாநிலம் பல்வேறு மொழி மக்களை திரள் திரளாக வரவேற்று அவர்களுக்கெல்லாம் வேலை வாய்ப்பு அளித்து விட்டது. இதனால் உள்ளூர்க்காரர்களின் - கன்னட மொழி பேசுபவர்களின் - வாய்ப்புகள் பாதிக்கப்பட்டு விட்டனவோ என்று எனக்குக் கவலை உண்டாகிவிட்டது. நம்மவர் எப் போதும் சற்று மந்தமானவர்கள், ஏமாறக் கூடியவர்கள். என் ஆட்சியில் நம்மவர்களின் மேம்பாட்டுக்குப் பாடுபட வேண்டி யதை என் தலையாயக் கடமையாகக் கருதுகிறேன். கன்னட மொழியில், திரைப்படங்களில், கலாசாரத்தின் முன்னேற்றத் தில், ஆட்சி கவனம் செலுத்தும். மாநிலத்தில் உள்ள எண்ணற்ற தொழிற்சாலைகளில் கன்னடியர்களுக்குச் சலுகை தரவேண்டும் என்பதை சிபாரிசாகவும், அரசு சம்பந்தப்பட்ட தொழிற்சாலை களில் சட்டமாகவும் செயல்படுத்துவோம். சில உயர்ந்த பதவிகள் மட்டும் அகில இந்தியரீதியில் நிரப்பப்பட வேண்டும். மற்ற வாய்ப்புகள் எல்லாவற்றிலும் நம்மவர்களுக்குச் சலுகை தரப்படவேண்டும் என்பதை இந்த மாநிலத்தின்...'

இந்த ஒரு பேச்சு எங்கள் தொழிற்சாலையின் வானிலையைச் சட்டென்று மாற்றி விட்டது. தேர்தலுக்கு நான்கு நாட்கள் இருக்கும் போது சில புதிய சுவரொட்டிகள் தோன்றின. பெரும்பாலும் கன்னடத்தில் அவை எழுதியிருந்ததால் முதலில் நான் அவற்றைக் கவனிக்கவில்லை... கவனித்த நண்பர்கள் என்னிடம் பிற்பாடு சொன்னார்கள்.

'தொழிற்சாலையின் முக்கியப் பணிகளில் தேவைக்கு அதிகப்பட்ட கன்னடியர் அல்லாதவர்கள் இருப்பதால் நம் மாண்புமிகு முதலமைச்சரின் அறிவிப்புக்கு ஏற்ப அவர்களைப் படிப்படியாக நீக்குவதற்கு ஒரு கன்னடப் பாதுகாப்பு சங்கம் அமைக்கப்பட்டிருப்பதாகவும், அவர்கள் கட்சி, யூனியன் சார்பற்றவர்கள் என்பதும், அவர்களது ஒரே குறிக்கோள், மற்ற மொழியினரை தொழிற்சாலையிலிருந்து நீக்கி அவரவர் மாநிலத்துக்கு அவர்களை அனுப்புவது என்றும் தெரிந்தது. இந்தப் புது இயக்கத்தின் தோற்றம் எங்கள் எதிர்க்கட்சியாளர்களுக்கு வரப்பிரசாதமாக அமைந்துவிட்டது.

உடனே மேலும் சுவரொட்டிகள் புறப்பட்டன.

'முருகா, முருகா, மெட்ராஸ் போ!'

'ஒரு தமிழ்க்காரனுக்கா உங்கள் ஓட்டு?'

'தமிழர்களை விரட்டு!'

நான் இந்தச் சுவரொட்டிகளைப் பற்றி அதிகம் கவலைப்படவில்லை. இது ஒரு தாற்காலிகமான பாஷை வெறி. சட்டென்று கலைந்துவிடும் என்று நினைத்தேன். மேலும் நான் தமிழனாக இருந்தாலும் நான் முதன்மையாகப் போராடும் நாகப்பா ஒரு கன்னடக்காரன். அது அவர்கள் எல்லோருக்கும் தெரியும். என் போராட்டம் மொழிப் பிரச்னைக்கு அப்பாற்பட்டது. நான் தொழிலாளர்களின் பொது உரிமைகளுக்காகத்தான் நிற்கிறேன் என்பது அவர்களுக்குத் தெரியும். தெரிந்தே ஆகவேண்டும் என்று நம்பினேன்.

அப்போது ஒரு சம்பவம் நடந்தது.

நான் எவ்வளவுதான் யூனியன், தேர்தல் என்று பொது விஷயங்களில் ஈடுபட்டாலும் என் எட்டு மணி நேரக் கடமையை அந்த நடவடிக்கைகள் எந்த விதத்திலும் பாதிக்க விடாமல் முறையாக

இருந்தேன். இந்த வெளிநடவடிக்கைகள் முழுவதையும் நான் அதிகாலையிலோ அல்லது தொழிற்சாலை முடிந்தபின் சாயங் கால வேளைகளிலோ அல்லது மதிய இடைவெளி நேரத்திலோ தான் செய்து வந்தேன். எனவே, நிர்வாகம் என் வேலையில் எதுவும் குற்றமே சொல்ல முடியாதபடி பார்த்துக்கொண்டேன்.

தேர்தலுக்கு இரண்டே தினங்கள் பாக்கியிருந்தன. காலை பஞ்ச் அடித்துவிட்டு என் ஷாப்புக்குச் சென்று ஜப்பான் மெஷினைச் செயல்படுத்த தொடக்க வேலைகள் செய்துகொண்டிருந்தேன். அப்போது இரண்டு பேர் என்னை நோக்கி வந்தார்கள். வந்து ஒன்றும் பேசாமல் என் அருகில் நின்றார்கள். அவர்களைப் பார்த்ததும் இருவரும் எதிர் யூனியன் ஆசாமிகள் என்பது புரிந்து விட்டது. நான் அவர்களைக் கவனிக்காமல் என் செயல் உண்டு என்றிருந்தேன்.

'ஏய் கொங்கா!' என்றான் ஒருத்தன்.

'கொங்கா' என்பது கன்னடத்தில் தமிழர்களை கேவலமாகக் குறிப்பிடும் மோசமான வார்த்தை!

நான் பேசாமல்தான் இருந்தேன்.

'உன் ஊருக்குப் போறதுதானேடா, ஏன் இங்கே வந்தே?'

நான் அப்போதும் பேசவில்லை.

'அவுங்க ஊர்ல தேவடியா மகளுங்கதான் ஜாஸ்திடா! அங்க விளக்குப் பிடிக்க நிறைய ஆளுங்க இருக்காங்க. அதான் இங்க வந்துட்டான். அவன் ஊர்ல ஒரே தொழில் இதாண்டா!' என்று ஒருவன் கையால் காட்டினான்.

'நீங்க என்ன பேசினாலும் எலெக்ஷன்ல தோத்துப் போகப் போறீங்க' என்றேன் தமிழில்.

'தமிள்ல பேசாதடா, கன்னடத்திலே பேசுடா மகனே!'

'உங்க ஊருக்கு ஓடேண்டா! ஏன் இங்க எங்க தலையைத் திங்கறே! கொங்கா! கொங்கா!'

'இல்லை குரு! அவன் அந்த சாந்தம்மாவை வெச்சிக்கிட் டிருக்கான். அதான் அவளுக்காக இத்தனை சுத்தியடிக்கிறான்.

பேசறது தமிழ்! ஆனா ---க்க மட்டும் கன்னடப் பொண்ணு தேவையா இருக்குது! கொங்கா! கொங்கா!'

என் பொறுமை பட்டென்று துடித்து அறுந்தது. அப்படியே அவனைப் பிடித்து நிறுத்தி புறங்கையால் கன்னத்தில் என் அத்தனை ஆத்திரத்தையும் வடிக்கும் வகையில் அடித்தேன். அவன் பற்களில் ஒன்று உடனே சிதறிப் போய் துப்பினான். என் ஆத்திரம் இன்னும் அடங்காமல் மறுபடி மறுபடி அடித்துக் குரல்வளையைப் பிடித்தேன்.

கூட வந்திருந்தவன் வத்தலான ஆசாமி. அவன் என்னை நெருங்க லாமா என்று யோசிக்க, அவனை இடுப்பில் சரியாக உதைத்தேன்.

'தமிழ்க்காரன் அடிச்சா எப்படி இருக்கும் தெரியுமா? இப்படித் தான்.'

இருவரும் என்னிடமிருந்து தப்பித்துக்கொண்டு ஓட்டம் எடுத் தார்கள். 'சூளே மகனே, போளி மகனே, கொங்கா, இரு இரு! இங்கேயே இரு. உனக்கு என்ன ஆறது பாரு...' என்று ஓடினார்கள்.

'அட, சரிதான் போங்கடா!'

என் ஆத்திரம் அடங்கிவிட்டது. சிரிப்புகூட வந்தது. என்ன செய் வார்கள்? அவர்கள் தலைவர்களிடம் போய் முறையிடுவார்கள். அவர்கள் என்னை நோக்கி வந்தாலும் வரலாம். அதற்கு நான் தயாராக வேண்டும். எப்படி?

நேராக என் சூப்பர்வைஸரிடம் அடுத்த அறைக்குச் சென்றேன்.

'சார்! ரெண்டு பசங்க எங்கிட்ட வந்து கன்னா பின்னான்னு பேசினாங்க சார். எனக்கு ஆத்திரம் தாங்காம அடிச்சுட்டேன். அவங்க வெளியே போயிருக்காங்க. அவங்க ஆட்களை அழைச் சுட்டு வரப் போறாங்க... இங்கே பெரிய கலாட்டா ஆயிடும். நீங்க உடனே செக்யூரிட்டிக்கு போன் செய்துடுங்க!' என்றேன்.

'என்ன பேசினாங்க?'

'அனாவசியத்துக்கு மொழிப் பிரச்னையை எடுத்தாங்க- என்னை ரொம்பக் கேவலமாத் திட்டினாங்க. வந்த ஆத்திரத்தில அடிச்சுட்டேங்க!'

'ச்ச்ச்... எதுக்குப்பா அடிக்கிறே? உடனே என்கிட்ட வந்து சொல்றதுதானே! எப்படி அவங்க உன் ஷாப்புக்கு வரலாம்?

உடனே நானே அவுங்களை அனுப்பிச்சிருப்பேனே! அவசரப் பட்டுட்டியே!'

'ஏதோ நடந்துடுச்சு. இனிமே தகராறு வராமத் தடுக்கணும். உடனே நீங்க செக்யூரிட்டிகிட்டச் சொல்லிடுங்க!'

'என்ன தகராறு?'

'சார்! அதையெல்லாம் உங்ககிட்ட சொல்லிட்டிருக்க நேரமில்லை. ஏதாவது விபரீதமா நடக்காம இருக்கணும்னா செக்யூரிட்டியைக் கூப்பிடுங்க!'

'தப்பு உன் பேர்லதாம்பா!'

'அதெல்லாம் அப்புறம் விசாரிச்சுக்குங்க. இப்ப போன் பண்ணுங்க!'

அவர் இன்டர்னல் டெலிபோனைச் சுழற்றி, 'எங்கேஜ்டா இருக்கு... நீ போய் உன் வேலையைக் கவனி. நான் சொல்லிக்கறேன்' என்றார்.

நான் சற்று அவநம்பிக்கையோடு என் இருப்பிடத்துக்கு வந்தேன். எனக்கு மெலிதான சந்தேகம் ஏற்பட்டது. சூப்பர்வைசரும் கன்னடக்காரர். அவருக்கு என்மேல் ஏதாவது ஒரு வெறுப்பு இருக்கும்.

சே! செக்யூரிட்டியைக் கூப்பிடாமல் இருக்க மாட்டார்.

நான் திரும்பி வந்து ஐந்து நிமிடத்துக்கெல்லாம் சலசலவென்று சப்தம் கேட்டுத் திரும்பிப் பார்த்துத் திடுக்கிட்டேன்.

நூற்றுக்கும் மேற்பட்டவர்கள்...

முன்னணியில் உதடு வீங்கி ரத்தத்துடன் அவன், 'இவன்தான் குரு!' என்றான்.

'ஏண்டா! ஒண்டவந்த நாயே, ஒரு கன்னடியனை அடிச்சியா?'

'அவன் என்ன பேசினான்னு நீ கேட்டுப் பாரு!'

'அவன் நிஜம்தான் சொன்னான். நீங்கள்லாம் எங்க மாநிலத்தில பிச்சை எடுக்க வந்த ஆசாமிங்கதானே?'

'இல்லை. உங்களுக்குத் தொழில் தெரியாது. கத்துக் கொடுக்க வந்த ஆசாமி!'

'என்ன திமிர் பாரு குரு, இவனுக்கு?'

'நீங்க மட்டும் பேசலாம். நான் பேசக் கூடாதா?'

'இப்ப இவன் காலில விழுந்து மன்னிப்புக் கேட்டு ஒரு அடி வாங்கிக்க!'

'முடியாது.'

'முடியாது? அடிபட்டு சாகப் போறியா?'

அந்தக் கூட்டம் என்னை நெருங்க நெருங்க, நான் பின் வாங்கினேன்.

'இவன்கூட என்ன பேச்சு? இங்கேயே தீர்த்திடலாம். என்னமா அடிச்சிருக்கான் பாரு, பாவி! சீக்கிரம் வேலையை முடிச்சுடுங்க!'

அவர்கள் என்னை இன்னும் கிட்டே நெருங்க, என் மேல் செருப்பு விழுந்தது. நான் பின்வாங்கி என் ஜப்பானிய மெஷினின் கன்ஸோல் மேல் சாய்ந்தேன்! என் நண்பன்! ஒரே நண்பன்! உடனே அதை செயல்படுத்தினேன். அந்த ராட்சச இயந்திரம் மிகப் பெரிய வெட்டுச் சக்கரத்தைப் பொறுக்கிக் கொண்டு, பொறுத்திக் கொண்டு சுழல ஆரம்பித்தது. மகாவிஷ்ணுவின் திகிரிபோல்.

நான் உரத்த குரலில், 'தைரியமிருந்தா வாங்கடா. டேய், எவன் வேணா வாங்கடா. கிட்ட வந்தீங்க... அப்படியே தள்ளி விட்டுருவேன். கழுத்தை சீவிப்பிடும்' என்றேன்.

'விர்ர்ர்...ரும்' என்று உறுமியது மெஷின். 'வாங்கடா, கிட்ட வாங்க!'

அவர்கள் சற்றுத் தயங்க, நான் என் மெஷினின் பிளாட்பாரத்தின் அருகில் போய் நின்றுகொண்டேன்.

'மெஷினை உடைடா!'

'இந்த மெஷினை உடைக்கிறதுக்கு உங்க தாத்தா வரணும். கல்லைக் கூடச் செரிச்சுக்கும்.'

ஒரு கல் எறியப்பட்டு கான்ஸோலின் ஃபைபர் கிளாஸில் பட்டு சேதம் ஏதும் ஏற்படவில்லை.

'வாங்கடா, நான் ஒருத்தன். நீங்க நூறு பேர் இருக்கீங்க. இதப் பாருங்க, நான் தமிழன்தான். ஆனா இந்த மாநிலத்தில் பிறந்து

மண்மகன் ● 55

வளர்ந்தவன். இங்கேயே படிச்சவன்! இங்கயே வேலை தேடிக் கிட்டவன்! நான் தமிழன்தான். ஆனா இந்த மாநிலத்தில் உனக்கு எவ்வளவு உரிமை இருக்கோ அவ்வளவு உரிமை எனக்கும் இருக்கு! என்னை ஒருத்தரும் அசைக்க முடியாது.'

'டேய், கிட்டப் போடா!'

'வராதீங்க, வராதீங்க. வேண்டாம் விஷப்பரீட்சை!'

ஒரே ஒருத்தன் முன்னால் தள்ளப்பட்டு என்மேல் விழுந்தான்.

நான் அவனை அங்கேயே கொன்றிருக்க முடியம். அந்தச் சக்கரம் அவனை இரண்டாகப் பிளந்திருக்கும். ஆனால் அவனை ஜாக்கிரதையாகத் தள்ளினேன். வெளியே விழும்போது அவன் சட்டை சக்கரத்தில் சிக்கி, அதை உடனே நூறு துண்டாக்கி சிதற அடித்து, அவன் முதுகில் லேசான ரத்தக் கோட்டுடன் விட்டு விட்டது இயந்திரம்.

'ஏய்! பைத்தியம் பிடிச்சுடுத்து அவனுக்கு...'

'சூப்பர்வைசர் சார், சூப்பர்வைசர் சார்' என்று கத்தினேன்.

செக்யூரிட்டி ஆசாமிகள் வந்து கூட்டத்தை விலக்கி என்னையும், என் மெஷினையும் சூழ்ந்துகொண்டார்கள்.

நான் அசையாமல் நின்றேன்.

போலீஸ் வரும்வரை காத்திருந்து என்னை அடைகாத்து அழைத்துச் சென்றார்கள்.

நிர்வாக அதிகாரியின் அறைக்குள் நான் செலுத்தப்பட்டேன். கதவைச் சார்த்தி விட்டார்கள். வெளியே ஆரவாரம். கூக்குரல். சண்டைக்காரனை அடித்துவிட்ட தமிழ்க்காரனின் ரத்தத்துக்கு விண்ணப்பங்கள்!

'என்ன முருகன்! இப்படிச் செஞ்சுட்டீங்க?'

'சார்! நீங்க நடந்ததை விவரமாக் கேக்கறீங்களா?'

'இதப்பாரு, அதுக்கெல்லாம் சமயமில்லை. இரண்டு ஆளை அடிச்சு காயப்படுத்தியிருக்கே. ஒரு ஆளை மெஷினுக்குள்ள தள்ளியிருக்கே! நீ முழுசா ஒரு காயமில்லாம இருக்கே! அதுக்காக உன்னை நான் சஸ்பெண்ட் பண்ணி விசாரிச்சே ஆகணும்!'

'விசாரிப்பீங்க இல்லையா?'

டைப்பிஸ்டைக் கூப்பிட்டு, 'என்ன ரெடியா?' என்றார்.

'ஒரு நிமிஷம் சார்.'

'உன் கோபத்தைக் கட்டுப்படுத்தலைன்னா நீ என்ன லீடர்? நல்லா வந்துக்கிட்டு இருந்தே. ஒரு சின்ன செயலில் எல்லாத்தையும் கெடுத்துட்டே! அதுவும் மெஷின் மேல் தள்ளி ஒரு ஆளைக் கொல்லவே இருந்தியாமே?'

'நூறு பேர் என்னைச் சூழ்ந்துக்கிட்டாங்கன்னா என்ன சார் பண்றது?'

'அந்தச் சூழ்நிலையை ஏன் ஏற்படுத்தணும்? அதுக்கும் நீதானே காரணம்! கையெடுத்து அடிக்கலாமா?'

'அவன் என்ன பேச்சு பேசினான் தெரியுமா?'

'பேச்சு வேற, அடி வேற. இப்ப என்னையுந்தான் தொழிலாளர் தலைவர்கள் எத்தனை பேச்சு பேசியிருக்காங்க தெரியுமா? நான் வாங்காத திட்டா?'

ஜன்னலுக்கு வெளியே, 'அவனோட என்ன சார் பேச்சு? கழுத்தைப் பிடிச்சு அவன் மாநிலத்துக்குத் தள்ளுங்க' என்ற இரைச்சல் கேட்டது.

என்னிடம் கையெழுத்து வாங்கிக்கொண்டு டைப் அடித்த கடிதத்தைக் கொடுத்தார்கள்.

தொழிற்சாலைக்குள் கடமை நேரத்தின்போது இரண்டு தொழிலாளிகளை (பெயர்கள் கொடுக்கப்பட்டிருந்தன) மோசமான முறையில் தூக்கி அடித்ததற்கும், அதன்பின் மற்றவனை (மறுபடி பெயர்) மிக அபாயகரமான இயந்திரத்தின் மேல் தள்ளி அவனைக் கொல்ல முயற்சித்ததற்கும், அதே சமயம் மிக உயர்ந்த வெளிநாட்டு இயந்திரத்தை அபாயகரமான நிலையில் இயக்கி கம்பெனிக்கு மிகப் பெருத்த நஷ்டம் ஏற்பட்டு விடக்கூடிய சூழ்நிலையை ஏற்படுத்தியதற்கும் நான் உடனே சஸ்பெண்ட் செய்யப்பட்டேன். நான்கு நாட்களுக்குள் என்னை கம்பெனி நிர்வாகம் ஏன் வேலையிலிருந்து நீக்கக் கூடாது என்பதற்கு ஆதாரபூர்வமான காரணங்களை நான் சொல்ல வேண்டுமாம்...

'காரணம் சொன்னா திருப்பி வேலைக்கு எடுத்துப்பீங்களா சார்!'

'முருகன்! ஒரு தனிப்பட்ட மனிதன்ங்கிற முறையில உனக்கு ஒரு உபதேசம்! வேற வேலையைப் பார்த்துக்க, ரிஸைன் பண்ணிடு!'

'சார்! என் வேலையைப் பத்தி எங்க இன்ஜினியரைக் கேட்டுப் பாருங்க. நான் வேணும்னுட்டே எந்த மெஷினுக்கும் சேதம் விளைவிக்கிற எண்ணத்தில் செய்யலைங்க! அது என் குழந்தை மாதிரி. இன்ஜினியரைக் கேட்டுப் பாருங்க!'

'தெரியும்பா. இப்பதான் உங்க இன்ஜினியர் போன் பண்ணார். உன் வேலைத்திறமையைப் பற்றி நிறையவே பேசினார். மெஷினை சரியா ஆபரேட் பண்ணத் தெரிஞ்சவன் நீ ஒருத்தன்தானாம். உன்னை சஸ்பெண்ட் செய்தா ரொம்ப கஷ்டப்படும். இன்னொரு ஆபரேட்டர் ட்ரெய்ன் ஆகற வரைக்கும் மாசக்கணக்கில் அந்த மெஷின் உபயோகமில்லாமப் போயிடும். அதுனால தொழிற்சாலைக்கு நஷ்டம் ஏற்படும்னும் சொன்னார்...'

'அந்த அளவுக்கு அவரை நான் பாராட்டுறேன் சார்!'

'ஆனா அவர் சொல்றது ஒரு மெஷினுடைய நிறுத்தத்தினால ஃபாக்டரிக்கு ஏற்படப்போற நஷ்டம்! அதுக்காக நான் உன்னை சஸ்பெண்ட் பண்ணாம, டிஸ்மிஸ் பண்ணாம இருந்தா நிச்சயம ஃபாக்டரிக்கே வேலை நிறுத்தம் வரும். எல்லா மெஷினும் நின்னு போயிடும்.'

வெளியே-

'டிஸ்மிஸ்!'

'முருகன்.'

'டிஸ்மிஸ்.'

'முருகன்.'

என்ற ஆரவாரம் உச்சகதியை அடைந்தது.

'இதுல எது தேவலை?' என்றார். நான் சிரித்தேன்.

'அதனால நான் சொல்றது, பேசாம ரிஸைன் பண்ணிடு! க்ளீனா சர்டிபிகேட் கொடுத்துடறேன். அடுத்த வேலை கிடைக்கிறதுக்கு

உனக்குச் சாதகமா இருக்கும். அதான் என்னால செய்யக்கூடிய உதவி! நீயா ரிஸைன் பண்ணலை... உன்னை சஸ்பெண்ட் பண்ணி என்கொயரிங்கிற கண் துடைப்பு வெச்சு, அதுக்கப்புறம் டிஸ்மிஸ் பண்ணனும். கிராச்சுட்டி போயிடும்.'

நான், 'ஒரு காகிதம் குடுங்க சார்!' என்றேன்.

யூனியன் ஆபீஸில் உட்கார்ந்திருந்தேன். என் செயற்குழு என்னைச் சுற்றிலும் கூடியிருந்தது.

'நாளைக்கே ஸ்டிரைக் நோட்டீஸ் குடுத்துறலாம் முருகன்!'

'எதுக்கு?'

'உங்களை டிஸ்மிஸ் பண்ணினதுக்கு!'

'டிஸ்மிஸ் பண்ணலையே. நான்தானே ரிஸைன் பண்ணேன்.'

'ரிஸைன் பண்ண வச்சாங்க!'

'அதுக்காக?'

'உங்களை திருப்பி எடுத்துக்கற வரைக்கும் உண்ணாவிரதம், ஸ்டிரைக்!'

'அவசரப்பட்டுக்கிட்டீங்க முருகன்! ரிஸிக்னேஷன் குடுத்திருக்கக் கூடாது!'

'அந்தாளு யாரு சொல்லுங்க'

'முதல்ல டிரைவர்களை ஒரு மின்னல் வேலை நிறுத்தம் ஏற்பாடு செய்யலாம்.'

'இல்லை, ஒரு நாள் எல்லோரும் டோக்கன் ஸ்டிரைக்!'

'இல்லை, முதல்ல டூல் டவுன்!'

'இதப் பாருங்க, அதெல்லாம் ஒண்ணும் வேண்டாம். நான் ஆரம்பிச்சுக் கொடுத்ததை முடிச்சுக் காட்டுங்க! எலெக்ஷன்ல ஜெயிச்சுக் காட்டுங்க! உங்களுக்கு முதல்ல அதிகாரம் வரட்டும். அதுக்கப்புறம் உங்க டிமாண்ட்ஸ்! என்னை நீக்கிட்டாங் கங்கறதை ஒரு பெரிய பிரச்னை ஆக்காதீங்க. அது ஏதோ

நடந்துருச்சு! நானும் என்னைக் கட்டுப்படுத்தியிருக்கலாம். முரட்டுத்தனமா நடந்துட்டிருக்க வேண்டாம். பரவாயில்லை. இப்ப நான் முக்கியமில்லை. இயக்கம்தான் முக்கியம்! இந்த பலப்பரீட்சை தீர்மானிக்கப்படாத சமயத்தில் நீங்க ஸ்டிரைக்கு கிய்க்குன்னு ஆரம்பிச்சா அது இப்ப இருக்கிற சூழ்நிலையில வெற்றி அடையாது. உங்களுக்குப் பிடிவிட்டுப் போய்டும்!' என்று நான் அவர்களிடம் சொன்னேன்.

'அவர் சொல்றதுகூட சரிதான். ஆனா நீங்க?'

'எனக்கு வேற வேலை கிடைக்கும் பிரதர்! கவலைப்படாதீங்க!' என்றேன்.

ஜன்னலுக்கு வெளியே சுவரொட்டிகளைப் பார்த்தேன். என் பெயர் போல இருந்தது.

'என்ன எழுதியிருக்கான்?' என்று கேட்டேன். அவன் வெளியே பார்த்து...

'அது... அது... வேண்டாங்க!'

'என்ன எழுதியிருக்கு சொல்லுப்பா!'

'உங்களையும், சாந்தா அம்மாவையும் வச்சு அசிங்கமா எழுதியிருக்காங்க!' என்றான்.

'பரவாயில்லையப்பா. சீக்கிரமே அதையெல்லாம் அழிச்சுட்டு, அங்க வேற எழுதுங்க!'

வீட்டுக்கு வந்தபோது ஆரவாரமாக இருந்தது.

கலையரசி அழுதுகொண்டிருந்தாள். அக்கம் பக்கத்து வீட்டார் எல்லோரும் கூடியிருந்தார்கள்.

'என்ன கலையரசி, என்ன ஆச்சு?'

'நீங்க பாட்டுக்குத் தனியா விட்டுட்டுப் போயிட்டீங்க. இரண்டு ஆளு வந்திருந்தாங்க. கதவைத் தட்டினாங்க...'

'ஏன் திறந்தே?'

'உங்க கட்சிக்காரங்கதான்னு நினைச்சுக்கிட்டு... உங்களைப் பார்க்கத்தான் ராப்பகலா வர்றாங்களே!' என்று சொல்லிவிட்டு கலையரசி மேலும் தொடர்ந்தாள்...

'திறந்ததும், என்மேல தடால்னு பாஞ்சாங்க. 'உன் புருஷன் கன்னடப் பெண்ணை வச்சுக்கிட்டிருக்கான். அந்த சாந்தாகூட சுத்தறான். அதற்குப் பதிலா நாங்க ஒரே ஒரு முறை ஒரு தமிழப் பொண்ணை பார்க்க வேண்டாமா'ன்னு... என்னை... என்னை...'

கலையரசி கைகளில் முகத்தைப் புதைத்துக்கொண்டு அழுதாள்.

'நல்லவேளை, கூக்குரல் கேட்டு நாங்கள் எல்லோரும் ஓடி வந்துட்டோம். விபரீதமா எதுவும் நடக்கிறதுக்குள்ள பேடிப் பசங்க, ஓடியே போய்ட்டாங்க. சைக்கிள்ல வந்திருந்தாங்க!' கும்பல் சொல்லிற்று.

கலையரசி குலுங்கிக் குலுங்கி அழுதாள். அவள் உடலில் ஏதும் சேதமில்லை, அதிர்ச்சிதான் என்று தெரிந்தது.

'பத்திரமா பார்த்துக்கப்பா. தனியா விட்டுட்டுப் போயிறாதே. நாங்க வாறம்!'

என் மனைவி அழுது முடிக்கக் காத்திருந்தேன். அவள் தலையை தடவிக் கொடுத்தேன். 'பயப்படாதே கலையரசி! எல்லாத்தையும் விட்டுட்டேன்! இனிமே நான் உன்கூடவே இருப்பேன். கலையரசி, நான் வேலையை விட்டுட்டேன்! யூனியன் முயற்சிகளையும் விட்டுட்டேன். எல்லாத்தையும் விட்டுட்டேன்!'

'எல்லாத்தையும்னா அவளைக் கூடவா?' என்றாள் கலையரசி.

'என்ன சொல்றே நீ?'

'அவகிட்ட போறதை நிறுத்தியாச்சான்னு கேட்டேன்!'

'அவன்னா யாரு?'

'சாந்தா!!!'

'என்ன உளர்றே கலையரசி? நீயும் அவங்க சொல்றதை நம்பறியா?'

'நம்ப வேண்டாங்க. ஒரு பெண்ணுக்கு சுலபமாத் தெரிஞ்சுடும்... அவகிட்ட நீங்க அக்கறை காட்டினதுக்குக் காரணம்... வெறும் மனிதாபிமானம் இல்லை!'

'சே! என்ன ஒரு அபாண்டம் கலையரசி?'

'இல்லீங்க! உங்க கண்ணே சொல்லிச்சு, அவளைப் பார்த்தா கொஞ்சம் மலர்ந்தது... அவகிட்ட பேசறப்ப உங்க குரல் கொஞ்சம் குழைஞ்சது... அவளை சில முறை நீங்க தொட்டுப் பேசியதை நான் நேராப் பார்க்காட்டாலும் உணர்ந்துட்டேன்...'

'என்ன கலையரசி?'

'நீங்க எதுக்காக இவ்வளவு தூரம் அவளுக்கு ஒத்தாசை செஞ்சீங்கன்னு எனக்குத் தெரியாதா?'

'என்ன தெரியும் உனக்கு?'

'அவ பாக்கறதுக்கு கொஞ்சம் நல்லா இருந்தா. அதனாலதான்!'

'அடிப்பாவி!'

'நிஜத்தைச் சொன்னா உங்களுக்குக் கோபம் வருது! அடிக்கடி அவ மாரைக் காட்டினதையும், நீங்க திருட்டுத்தனமாப் பார்த்ததையும் நான் பாக்கலியா என்ன?'

ஆக்ரோஷத்தில் நான் கையை ஓங்கினேன்.

'அடிங்க, அது ஒண்ணுதான் பாக்கி.'

ஓங்கின கையை சுவரில் குத்தினேன்.

'எங்க போறீங்க?'

'எங்கேயோ ஒழியறேன்!'

'அவகிட்டயா?'

அதை நான் கவனிக்காமல் விருட்டென்று வெளியே நடந்தேன். எல்லை மீறிக் கோபம் வந்தது. ஜனங்கள்! என் மனைவியே இப்படி நினைக்கிறாள். என்ன செய்வது?

நவம்பர் மாதத்து இரவு சில்லென்றிருந்தது. கர்நாடக ராஜ்யோத்ஸவ விழா தெருவுக்குத் தெரு நடந்து கொண்டிருந்தது. கன்னட மாநிலத்தின் பிறப்பை மாதம் பூராவும் கொண்டாடுகிறார்கள். நாட்டுப் பாடல்கள், கோலாட்டம், கூத்து... மாநிலத்துக்கே உரிய கலாசாரங்கள்.

நான் இதன் அம்சமா? தெரியவில்லையே. என் தோல்வி முற்றுப் பெற்று விட்டது. என் மனைவியே என்னைச் சந்தேகிக்கும் அளவுக்கு வந்துவிட்டவுடன் ஒரு முழுமை ஏற்பட்டு விட்டது. நான் வீழ்த்தப்பட்டு விட்டேன். பரிபூரண வீழ்ச்சி!

கலையரசி இவ்வாறு சந்தேகப்படுவாள் என்று நான் எதிர் பார்க்கவே இல்லை. எப்படி அவள் அப்படி நினைக்க முடியும்? என் வாழ்வின் ஒரே பொக்கிஷமாக நினைத்து வந்த அவளுடைய பக்கபலத்தையும் நம்பிக்கையையும் கூட இழந்து விட்டேன்.

ஏன் அப்படி நினைத்தாள்? ஒரு நிமிஷம் அந்த சாந்தாவை, அவள் உருவத்தை மனதில் கொண்டுவந்தேன்...

சாந்தாவுக்கு முப்பது வயதிருக்கும். யோசித்துப் பார்த்தால் அந்த வயது அவள் தோற்றத்தில் தெரியவில்லை. சராசரி இந்தியப் பெண்ணுக்கு அவள் அதிக உயரம்தான். சராசரி அதிக வளர்த்தி தான். அவள் உதடுகளில் ஒரு அழுத்தம் தெரியும். அவள் அமைதி யாகப் பணிவாக உட்கார்ந்திருந்தபோதும் அவளது அதிகப்படி வளர்ச்சியின் காரணமாக அவள் மார்பின் பருமன் தெரிந்தே தீரும்.

சே! என்ன விபரீதமான எண்ணங்கள்! ஒருவேளை என் மனைவி சொன்னது நிஜம்தானோ? என்னைவிட அவளுக்கு என் மனத் தின் அடித்தளத்து சலனங்கள் புரிகின்றனவோ? என் உள்மனத்து ரகசியங்கள் தெரிகின்றனவோ?

நான் இவ்வளவு தூரம் பாடுபட்டது, போராடியது, சண்டை போட்டது எல்லாவற்றுக்குமே அந்த சாந்தாவின் தோற்றத்தில் இருந்த மெலிதான செக்ஸுவாலிட்டிதான் காரணமோ? அந்த ஆதார இச்சையை மறைக்கத்தான் நான் மனித நேயம், தொழிலாளர் பிரச்னை, கொள்கைப் பிரச்னை என்று நாடகம் போட்டேனோ? என்னை நானே மறைத்துக்கொள்ள நான் போட்டுக்கொண்ட ஒப்பனைகளோ அவை?

தெரியவில்லையே? புரியவில்லையே? என்ன செய்வேன்?

மெல்ல நடந்தேன். நான் எதற்காகப் போராடினேன் என்பது இப்போது புகைப்படலத்துக்குள் ஒளிந்துகொண்டது.

ரெட்டை மாடி பஸ்ஸில் கூட்டமில்லாமல் இருந்தது. 'மெஜஸ் டிக் போகிறது' என்று சொன்னார்கள். டிக்கெட் வாங்கி மாடியில் ஏறிக்கொண்டு ஓரத்தில் உட்கார்ந்தேன்.

மூன்று வரிசைகள் தள்ளி முன் சீட்டில் உட்கார்ந்திருந்தவளின் பின் தோற்றம் பரிச்சயமானதாக இருந்தது. சாந்தாதான்! அவள் குழந்தைகள் மூன்றும் மற்றொரு சீட்டில் ஒட்டி உட்கார்ந்திருக்க, சாந்தாவின் அருகில் ஒருவர் அவர்களுடன் ஒட்டிப் பேசிக் கொண்டிருந்தார். சாந்தா பூ வைத்திருந்தாள். அருகில் இருந்தவர் அவள் கணவன் இறந்ததும் வந்து அவளை அழைத்துச் செல்ல விரும்பிய உறவினர்களில் ஒருத்தர். அப்போது அவள் மறுத்த போது அதற்குச் சொன்ன காரணம் எனக்கு நினைவுக்கு வந்தது...

'அவர் சரியில்லீங்க!'

இப்போது சாந்தாவை அவர் கன்னத்தருகில் வாசனை பார்த்துக் கொண்டிருந்தார். குழந்தைகள் புதிய உடை அணிந்திருந்தன. மூத்தது இரண்டும் ஜன்னலில் வேடிக்கை பார்த்துக் கொண் டிருக்க, மூன்றாவது மட்டும் அம்மாவைப் புரியாமல் பார்த்துக் கொண்டிருந்தது.

நான் ஓசைப்படாமல் கீழே வந்து மெஜஸ்டிக் வந்ததும் பஸ்ஸை விட்டு இறங்கி இலக்கில்லாமல் நடந்தேன். யாருக்காகப் போராடினேன்? இப்போது அதுவும் விளங்காமல் போயிற்று!

நகரம் விளக்குப் புஷ்பங்களால் அலங்கரித்துக்கொண்டிருந்தது. கடைப் பெட்டிகளில் பொய்ப் பிம்பங்கள் என்னைப் பார்த்துச் சிரித்தன.

இதுதான் என் ஊரா? நான் பிறந்து வளர்ந்து மணந்து மலிந்தது இந்த மண்தான்- இது என் சொந்த ஊரில்லையா? பின் எது?

தமிழ்நாட்டுக்குச் சென்று வேலை கேட்டால் என்னை ஒரு வேளை கன்னடக்காரன் என்று சொல்லுவார்களோ, என்னவோ?

கேட்டுப் பார்க்கவேண்டும்.

ஒரு சிறுவன் என்னை அணுகி மெதுவான குரலில், 'சார்! கேர்ள்ஸ் சார்! கேர்ள்ஸ்! ஆந்திரா, மலையாளி, தமிழ் கேர்ள்ஸ் சார்!' என்று அழைத்தான்.
